நக்கீரர் நடைப்பயணம்

(நெடுநல்வாடை)

முனைவர் ப. பாண்டியராஜா

தமிழ் மரபு அறக்கட்டளை

இந்தியா ♦ மலேசியா ♦ இலங்கை ♦ ஜெர்மனி ♦ அமெரிக்கா

நூல்: நக்கீரர் நடைப்பயணம் (நெடுநல்வாடை) ♦ ஆசிரியர்: முனைவர் ப. பாண்டியராஜா ♦ பதிப்பு: ஜனவரி 2024 ♦ உரிமை: ஆசிரியருக்கு ♦ வெளியீடு: தமிழ் மரபு அறக்கட்டளை பதிப்பகம் ♦ பக்கங்கள்: 149 ♦ விலை : ரூ.180/- ஐரோப்பாவில் யூரோ 4/- ♦

Book Title: Nakeerar Nadaipayanam (Nedunalvadai) ♦ *Author: Dr. P. Pandiyaraja* ♦ *Publisher:Tamil Heritage Foundation Pathipagam* ♦ *Edition: January 2024* ♦*Size : Demy Octovo* ♦ *Pages: 149* ♦ *Copyright: Author* ♦ *E-mail : mythforg@ gmail.com* ♦ *Price Rs.180/- Euro 4/-* ♦ *Printed by:Adayar Students Xerox, Chennai-79* ♦*Copyright Reserved* ♦

ISBN: 978-81-969626-7-8

என் அகவாழ்வுக்குத் தமிழையும்

தமிழ் சார்ந்த பாடங்களையும்

என் புறவாழ்வுக்குக் கணிதத்தையும்

கணிதம் சார்ந்த பாடங்களையும்

கற்பித்து என் வாழ்வுக்கு இனிமையையும்

செழுமையையும் சேர்ப்பித்த

என் அத்தனை ஆசிரியப் பெருமக்களுக்கும்

பணிவுடன் காணிக்கை

உள்ளுறை

பதிப்புரை 5

முன்னுரை 7

பயண முன்னேற்பாடுகள் - கிடை என்றால் என்ன? 10

நெடுநல்வாடை-சுருக்கம் 15

1. பொய்யா வானம் புதுப்பெயல் பொழிந்தென 18

2. பொங்கல் வெண்மழை 27

3. வருகதிர் வணங்க .. சேறுகொள முற்ற .. குரூஉத்துளி தூங்க 39

4. மாடம் ஓங்கிய மல்லல் மூதூர் 45

5. ஏந்து எழில் மழைக்கண் மடவரல் மகளிர் 54

6. கடியுடை வியல் நகர் 59

7. போர்வாய்க் கதவம் தாழொடு துறப்ப 65

8. காதலர்ப் பிரிந்தோர் புலம்ப 72

9. குன்று குயின்றன்ன ஓங்கிநிலை வாயில் 77

10. ஆடவர் குறுகா அருங்கடி வரைப்பின் 88

11. கருவொடு பெயரிய காண்பு இன் நல்லில் 95

12. பேரளவு எய்திய பெரும்பெயர்ப் பாண்டில் 100

13. புனையா ஓவியம் கடுப்ப 105

14. மா இதழ் ஏந்திய மலிந்து வீழ் அரிப்பனி 113

15. இன்னே முடிகதில் அம்ம 119

பிற்சேர்க்கை

1. பானாள் என்பது நள்ளிரவா? 130

2. இருகோல் குறிநிலை 139

4

பதிப்புரை

இலக்கிய வாசிப்பு திரைப்படக் காட்சி போல கண்முன் விரியும் படி அமைய முடியுமா?

ஏன் முடியாது? அதற்கு ஓர் எடுத்துக்காட்டாக அமைகின்றது இந்த நூல்.

நக்கீரர் நடைப்பயணம் எனும் இந்தச் சங்கத்தமிழ் நூலை தன் எழுத்துத் திறனால் மிகச் சிறப்பாகப் படைத்தளித்திருக்கின்றார் நூலாசிரியர். நெடுநல்வாடையை இயற்றிய மதுரை கணக்காயனார் மகன் நக்கீரரின் கைப்பிடித்து, இதனை வாசிக்கும் நம்மையும் மதுரைக் காட்சியைக் காண அழைத்துச் செல்கிறார் நூலாசிரியர் ப.பாண்டியராஜா.

சிறந்த தமிழ் அறிஞரான முனைவர் பாண்டியராஜா அவர்கள் மிக நீண்ட காலமாகத் தமிழ் மொழியில் மிக எளிய நடையில் எல்லோரும் புரிந்து கொள்ளும் வகையில் தொடர்ந்து எழுதி வருகின்றார். அடிப்படையில் கணிதத் துறையையும், கணினித் துறையையும் சார்ந்தவர் என்றாலும் தீவிர ஆர்வத்துடன் இவரது நீண்ட காலத் தமிழ்ப் பணி தொடர்கிறது.

இந்த நூல் இளம் சிறார்கள் முதல் வயதில் மூத்தோர் வரை எல்லோரும் சங்கத் தமிழில் பத்துப்பாட்டுச் செய்யுட்களை எளிதாக அணுக சிறந்ததொரு வாய்ப்பை ஏற்படுத்திக் கொடுக்கும் என்ற ஆழ்ந்த நம்பிக்கை எனக்கு உண்டு.

இந்த நூல் உருவாக்கத்தில் ஆர்வத்துடன் செயல்பட்டு இந்த நூல் வெளிவரப் பணிகளை முன்னெடுத்த தமிழ் மரபு அறக்கட்டளை பதிப்பகத்தின் பொறுப்பாளர் டாக்டர் பாமா,

ப.பாண்டியராஜா

உதவிய திரு.தட்சிணாமூர்த்தி, நூலின் எழுத்துப் பிழைகளைச் சரிபார்த்து உதவிய முனைவர் பாப்பா, இந்நூலின் அட்டையை அலங்கரிக்கும் ஓவியத்தை வழங்கிய இலங்கை மட்டக்களப்பு ஓவியர் ஈஸ்வரராஜா குலராஜ், மற்றும் அட்டையை மிக அழகாக வடிவமைத்துத் தந்திருக்கும் எழுத்தோவியர் நாணா (எஸ்.நாராயனன்) ஆகிய அனைவருக்கும் தமிழ் மரபு அறக்கட்டளையின் நன்றி.

தமிழ் ஆர்வலர்கள் மட்டுமல்லாது இலக்கிய ஆர்வலர்களும் வாங்கி வைத்து வாசித்து மகிழ வேண்டிய நூல் இது.

இந்த நூலை வெளிக் கொணர்வதில் தமிழ் மரபு அறக்கட்டளை மகிழ்கின்றோம்.

நூலாசிரியருக்கு எனது நெஞ்சம் நிறைந்த நல்வாழ்த்துக்களும் பாராட்டுக்களும்.

முனைவர் க. சுபாஷிணி
தலைவர், தமிழ் மரபு அறக்கட்டளை
பன்னாட்டு அமைப்பு
14.1.2023

முன்னுரை

நீண்ட நல்ல வாடை என்ற பொருள் கொண்ட தலைப்பிலுள்ள இப்பாடலை மதுரை கணக்காயனார் மகனார் நக்கீரர் பாடியுள்ளார். இப்பாடலின் தலைவன் பாண்டியன் நெடுஞ்செழியன் என்பர். நக்கீரர் என்ற பெயருடைய புலவர் பலர் பலகாலத்தும் இருந்திருக்கின்றனர். திருமுருகாற்றுப்படையின் ஆசிரியரான நக்கீரர் என்பவரும் இவரே என்ற கருத்து உள்ளது. இவரது இயற்பெயர் கீரன் என்றும் மரியாதை ஒட்டாக நல் என்ற முன்னொட்டுடன் நல்+கீரர் என்று கொண்டு அதுவே நக்கீரர் என்றானது என்றும் கூறுவர். இவரது தந்தை மதுரையைச் சேர்ந்த கணக்காயனார் என்பவர். கணக்காயனார் என்பதற்கு ஆசிரியர் என்று பொருள். நெடுஞ்செழியன் என்ற பெயரில் பல மன்னர்கள் இருந்திருக்கின்றனர். மதுரைக்காஞ்சியின் தலைவனான தலையாலங்கானத்துச் செருவென்றவன் இவனே என்று கூறுவர்.

இப்பாடல் நெடுஞ்செழியனைப் போற்றிப் பாடப்பட்டது அல்ல. ஒரு கூதிர்காலத்து வாடையில் தலைவனைப் பிரிந்து வாடும் ஒரு மன்னனின் மனைவியான தலைவியின் நிலையையும் அதேநேரத்தில் போர்ப்பாசறையில் இருக்கும் மன்னனின் நிலையையும் கூறுகிறது. இம்மன்னனின் மெய்க்காப்பாளன் தன் வேலின் உச்சியில் வேம்பு மாலையைக் கட்டியிருந்தான் என்று புலவர் கூறுகிறார். இதை வேண்டுமென்றே புலவர் கூறுகிறாரா அல்லது slip of the tongue என்பார்களே அதுபோல் கைதவறி எழுதிவிட்டாரா? கைதவறி வந்திருந்தால் அது புலவருக்கு இழுக்கு. வேண்டுமென்றே கூறியிருந்தால் பாட்டுக்கு இழுக்கு. இதில் என்ன இழுக்கு என்கிறீர்களா? வேம்புமாலை பாண்டிய மன்னர்களுக்கு உரியது. அகப்பாட்டுக்கு இலக்கணம் வகுத்த

ப.பாண்டியராஜா

தொல்காப்பியர்

> மக்கள் நுதலிய அகன் ஐந்திணையும்
> சுட்டி ஒருவர் பெயர்கொளப் பெறாஅர் -   (தொல். 1000)

என்று கூறியிருக்கிறார். அதாவது அகப்பாடலின் தலைவனை இன்னார் என்று கூறக்கூடாது. எனவே இது பொதுவான அகப்பாடலாக ஆகாமல் தனிப்பட்ட ஒரு மன்னனைப் பற்றிய புறப்பாடல் ஆகும் என்பர். எனவே இது விவாதத்திற்குரிய ஒரு தலைப்பாகிவிட்டது. இருப்பினும் பொதுவான ஒரு நிலை எடுத்து இப்பாடல் ஒரு அகப்புறப்பாடல் என்றும் கூறுவர். பாலையாகிய அகத்தையும் வாகையாகிய புறத்தையும் பாடுவதால் இது அகப்புறம் எனப்படும் என்றும் கூறலாம். எனினும் இதேபோன்று முல்லையாகிய அகத்தையும் வஞ்சியாகிய புறத்தையும் பாடும் முல்லைப்பாட்டையும் அகப்புறம் என்னாமல் அகப்பாட்டு என்றே கூறுகிறோம். எனவே வேம்பு மாலைதான் கருத்து வேறுபாட்டுக்குரிய பொருளாகிறது. வேம்பு பாண்டிய மன்னனுக்கு உரியதுதான் என்றாலும் எந்தப் பாண்டியன் என்று குறிப்பிடப்படவில்லை. எனவே அவன் பெயர் சுட்டப்பெறவில்லை என்று கொண்டு இப்பாடல் அகப்பாட்டுதான் என்று கூறுவோரும் உளர். இப்பாடலில் மொத்தமுள்ள 188 அடிகளில் முதல் 168 அடிகள் அகப்பொருளையே சுட்டி நிற்கின்றன. இறுதியில் உள்ள 20 அடிகளே மன்னனைப் பற்றிக் கூறுகின்றன. எப்படியாயினும் சிறந்த அகப்பாடல்களுள் ஒன்றான இப்பாட்டு விவாதத்திற்குரிய பொருளாக ஆனது போகூழே.

(போகு + ஊழ் = போகூழ் = துரதிர்ஷ்டம்,
ஆகு+ஊழ்=ஆகூழ்=அதிர்ஷ்டம்)

வாடை என்பது வடக்கிலிருந்து வரும் காற்று. தமிழில் ஒவ்வொரு திசையிலிருந்தும் வரும் காற்றுக்கும் ஒவ்வொரு பெயர் உண்டு. வடக்கத்திக் காற்று வாடை என்றால், தெற்கத்திக் காற்று தென்றல். மேற்கு என்பது குடக்கு எனப்படும். குடக்குக் காற்று கோடை. கிழக்கு என்பது குணக்கு எனப்படும். குணக்குக் காற்று கொண்டல். வாடை கூதிர்காலக் காற்றாகும். கூதிர்காலம் என்பது ஐப்பசி (October middle to November middle), கார்த்திகை (November middle to December middle) மாதங்களைக் கொண்ட குளிர்காலம். இக்காலத்தில் வடகிழக்குப் பருவக்காற்று தமிழகத்தில் வீசும். மிகுந்த குளிர் கொண்டது. பாடலைப் படிக்கும்போதே தெரிந்துகொள்வீர்கள். இது உடலுக்குத் தீங்கு

விளைவிக்கக்கூடியது. எனவேதான், வடக்கு நோக்கிய வாசலைக் கொண்ட வீட்டை வாங்குவதற்குச் சிலர் தயங்குவர். இருப்பினும் இவ்வாடையை நல்ல வாடை என்கிறார் புலவர். ஏன் என்பதையும் பின்னர் தெரிந்துகொள்வீர்கள். அகத்துறையில் பிரிதலும் பிரிதல் நிமித்தமும் என்பது பாலைத் திணையைக் கொண்டது. இதற்கு நேரான புறத்திணை வாகைத்திணை ஆகும். இத்திணைக்குரிய துறைகளில் கூதிர்ப்பாசறை என்ற துறையே முதலில் கூறப்படுகிறது. ஐப்பசி, கார்த்திகை மாதங்கள் கொண்ட அடைமழைக் காலத்திலும் மன்னன் போர்மேல் சென்றிருக்கிறான் என்றால் அவனுக்கு ஒரு தவிர்க்க இயலாத காரணம் இருந்திருக்கிறது. எனவே இப்போர் கடுமையானதாக இருக்கும். அதனால் நீண்டகாலம் இது நடைபெறலாம். எனவே தலைவி-தலைவன் பிரிவும் நீண்டதாக இருக்கும். பிரிவு துயரமானது. ஆற்றாத் துயர் அளிப்பது. எனவே மீண்டும் அதே கேள்வி. இது எப்படி நல்ல வாடை ஆகும்? பொறுத்திருந்து பாருங்கள். இப்பாடலில் உள்ள 188 அடிகளில் 11 உவமைகளே காட்டப்பட்டுள்ளன. உவமைகள் அதிகம் இல்லாமல் காட்சிகளை நேரிடையாக நம் கண்முன் உயிரோவியங்களாகக் காட்டுவதில் நக்கீரர் வல்லவர். இந்த உவமைகளிலும் 7 உவமைகள் அரசியின் படுக்கையறை பற்றிக் கூறும் உள்-அறைக் காட்சிகளே (in door scenes). பெரும்பாலும் வெளிப்புறக் காட்சிகளே (out door scenes) நிறைந்த இப்பாடல் ஒரு தேர்ந்த திரைப்படத்தின் அத்தனை நுணுக்கங்களையும் கொண்டிருக்கிறது. பாடல் முழுவதுமே கண்ணுக்கு விருந்தாகும் காட்சிகளே. It is just a visual delight.

கதை, வசனம், இயக்கம், ஒளிப்பதிவு, பாடல்கள், ஒலிப்பதிவு, படத்தொகுப்பு என அத்தனைத் துறைகளிலும் துறைபோகிய ஒரு மிகச் சிறந்த தயாரிப்பாளரால் மிகவும் கவனத்துடனும் கலைநயத்துடனும் கலைநுணுக்கத்துடனும் தயாரிக்கப்பட்ட ஓர் அருமையான திரைப்படத்தைக் காணத் தயாராகுங்கள்.

இதில் ஒவ்வொரு சொல்லும் சுவைத் தேன் மாங்கனி; ஒவ்வோர் அடியும் அடிவேர்ப் பலா; ஒவ்வொரு காட்சியும் கனிநிறை பனிக்கூழ் (fruit salad with icecream); மொத்தத்தில் பாடல் முழுதுமே ஒரு பழத்தோட்டம். அதைக் கண்டு களித்துப் பூரிப்பீர்; மண்டிக் குடித்துக் மகிழ்வீர்; விண்டுரைத்துக் களிப்பீர்.

ப.பாண்டியராஜா

பயண முன்னேற்பாடுகள்
கிடை என்றால் என்ன?

நான் பிறந்து வளர்ந்து, படித்தது எல்லாம் தேனி மாவட்டம் (அன்றைய மதுரை மாவட்டம்), சின்னமனூருக்குக் கிழக்கில் சுமார் 5 மைல் தொலைவில் இருக்கும் ஓடைப்பட்டி என்ற சிறிய ஊர். என் பெற்றோர் அங்கு தொடக்கநிலை ஆசிரியர்களாகப் பணிபுரிந்தனர். அந்த ஊரில் ஒக்கலிகக் கவுண்டர் எனப்படும் மக்கள் நிறையப் பேர் உண்டு. அவர்கள் விவசாயப் பெருங்குடி மக்கள்; கடினமான உழைப்பாளிகள். ஆழமாகக் கிணறு தோண்டி மாடுகள் கொண்ட கமலைகளால் நீர் இறைத்துச் சோளம், கேப்பை, மிளகாய் போன்றவற்றை விளைவிப்பர். ஊருக்கு வெளியில் வானம்பார்த்த பூமியில் காடுகள் இருக்கும். அங்கு நிலக்கடலை, கம்பு, குதிரைவாலி, சாமை போன்றவற்றை மானாவாரியாகப் பயிர்செய்வர். இந்தத் தோட்ட, காட்டு வெள்ளாமைகளுக்கு உரம் வேண்டுமே! எனவே பணக்காரர்கள் நூற்றுக்கணக்கில் பசுமாடுகள் வளர்ப்பர். கூடவே ஒன்றிரண்டு முரட்டுக் காளைகளும் இருக்கும். ஊரை ஒட்டிய பகுதியில் மொட்டைச் சுவர் எழுப்பி அதனுள் மாடுகளை அடைத்திருப்பர். இதைத் தொழு என்பர். இத்தனைக்கும் உணவுக்கு எங்கே போவது? எங்கள் ஊருக்குக் கிழக்கே நீண்ட மலைத்தொடர் உண்டு. எங்கள் பகுதி மலைக்குத் தம்பிரான் ஊற்று மலை என்று பெயர். அதுவே தெற்குப்பக்கம் நீண்டு மேகமலை, பச்சக்கூமாச்சி மலை, சுருளி மலை என்று நீண்டு குமுளி வரைச் செல்லும். இந்தப் பசுக்களைப் பராமரிப்போர் அவற்றைக் காலையில் மலைக்கு ஓட்டிச் செல்வர். பகல் முழுக்க அங்கு மேய்ந்துவிட்டு மாலையில் மாடுகள் ஊர் திரும்பும். அவை கழுத்து மணியை ஆட்டி ஒலித்துக்கொண்டு கூட்டங் கூட்டமாய்ப் புழுதியைக் கிளப்பிக்கொண்டு வருவது கண்கொள்ளாக் காட்சி! ஆனால் ஆண்டு முழுக்க இவ்வாறு

நடக்காது. தை முதல் ஆனி முடிய ஆறுமாதங்களுக்கு மாடுகளுக்குத் தினந்தோறும் நடைப்பயணம்தான். பின்னர் ஆடி முதல் மார்கழி முடிய ஆறுமாதங்களுக்கு மாடுகளை மலையிலேயே தங்கவைத்துவிடுவர். முல்லைக்காடுகளில் பயிர், பச்சை நிறைந்திருக்கும்போது மாடுகள் அவற்றைத் தாண்டி தினமும் மலைக்குப் போய்வர முடியாதல்லவா! எனவே மலை ஆறுமாதம் - தொழு ஆறுமாதம் என்பதுவே இந்த மாடுகளின் வாழ்க்கைமுறை. இவற்றைப் பராமரிப்போருக்கும் இதே வாழ்க்கைதான். இவ்வாறு மாடுகளை மலையில் தங்கவைத்து வளர்ப்பதைக் கிடைபோடுதல் என்பர்.

பானாள் என்றால் என்ன?

பால் நாள் பானாள் ஆனது. பால் என்றால் நடு, பாதி என்ற பொருள் உண்டு. எனவே பானாள் என்பது நடுநாள். இதை நள்ளிரவு என்று அகராதிகள் சொல்கின்றன. அரைநாள் என்ற இன்னொரு சொல் உண்டு. இதனை நடுராத்திரி என்று அகராதிகள் சொல்கின்றன. நடுநாள் என்ற இன்னொரு சொல்லும் உண்டு. இதனை, நண்பகல், நள்ளிரவு என்று அகராதிகள் சொல்கின்றன. பாதி, அரை, நடு எல்லாம் ஒன்றுதானே? ஏனோ நடுநாள் மட்டும் நண்பகலையும் குறிக்குமாம்! ஆனால் ஓர் அரைநாளில் ஞாயிறு தோற்றுவிக்கும் நிழலைப் பற்றி நெடுநல்வாடை பேசுகிறது. நடுராத்திரியில் சூரியன் ஏது? எனவே அரைநாளுக்கும் நள்ளிரவு, நண்பகல் என்று இரண்டு பொருளும் கொள்ளலாம் என்பது நெடுநல்வாடை மூலம் தெரிகிறது. அப்புறம் பானாள் மட்டும் என்ன பாவம் செய்தது? அதனையும் நள்ளிரவு, நண்பகல் என்று சொல்லிவிடலாமே? சங்க இலக்கியங்களில் 41 முறை பானாள் வருகிறது. எல்லா இடங்களிலும் அது நடு இரவையே குறிக்கிறது. எனவே பானாள் என்பது நள்ளிரவு மட்டும்தான் என்று அகராதிகள் கூறுகின்றனவோ? பார்க்கலாம்!!

அன்றைய மதுரை

முதலில் இன்றைய மதுரையைப் பார்ப்போம். மதுரைக்கு நடுநாயகமாக இருப்பது மீனாட்சி அம்மன் கோவில். என்ன கோவில்? மீனாட்சி அம்மன் கோவில். (ஹூம், எல்லாம் காலம்!!) அதென்ன பெருமூச்சு என்கிறீர்களா? இந்தத் தொடர் முடியும்போது தெரியும். கோவிலைச் சுற்றி நான்கு பக்கங்களிலும் தெருக்கள் உண்டு. அவை ஆடிவீதி எனப்படும். கிழக்கு

» 11

ப.பாண்டியராஜா

ஆடிவீதி, மேற்கு ஆடிவீதி, இவ்வாறாக. இந்த ஆடிவீதிகளை ஒட்டி, வெளிப்புறமாக உயரமான கோட்டை மதில்கள் உண்டு. இந்த மதில்களின் இடையே நான்கு பக்கமும் கோபுர வாசல்கள் உண்டு. ஆனால் கிழக்குப் பக்கத்தில் இரண்டு வாசல்கள் உண்டு. ஒன்று சொக்கநாதருக்கு. அதன்வழியே கோவிலுக்குள் செல்வோர் மிகச்சொற்பம். (ஹூம்.....). மற்றொன்று அம்மனுக்கு. அம்மன் சன்னதிக்குச் செல்லும் வாசல் முக்கியமானது. கோட்டைச்சுவரை ஒட்டி நான்கு பக்கமும் தெருக்கள் உண்டு. அவை சித்திரை வீதிகள். கிழக்குச் சித்திரை வீதி, மேற்குச் சித்திரை வீதி, இவ்வாறாக. அம்மன் சன்னதியிலிருந்து வெளியே சென்றால் சித்திரை வீதியை அடுத்துக் கடைகளுக்குப் பின்னர் வருவது ஆவணிமூல வீதி. அதென்ன ஆவணி மூல வீதி? மூலம் என்பதற்கு *original* என்ற ஒரு பொருள் உண்டு. கிழக்கு ஆவணி மூல வீதியை அடுத்து அம்மன் சன்னதித் தெருவில் ஒரு உயரமான வாயில் உண்டு. உயரம் 20 அடிக்கு மேலேயே இருக்கும். இப்போது மதுரையின் தளம் 10 அடி உயர்ந்திருக்கிறது என்பர். எனவே அந்த வாயில் கட்டப்பட்ட காலத்தில் அது எவ்வளவு உயரமாக இருந்திருக்கும்?. அதன் பக்கச்சுவரில் இது பாண்டியர் கோட்டை வாயில் என்ற கல்வெட்டு உள்ளது. ஆங்கிலேய அரசால் நிறுவப்பட்டது. எனவே நான்கு ஆவணி மூல வீதிகளுக்குள் அமைந்து இருந்ததுவே அந்தக்கால மதுரை. பிற்காலப் பாண்டியருக்குப் பின்னர் வடநாட்டுப் படையெடுப்புகளால் சிதறிப்போய், சின்னாபின்னமாய்க் கிடந்த மதுரையை மீட்டெடுத்தவர்கள் நாயக்க மன்னர்கள். அவர்கள் சிதிலமடைந்து நின்ற கோட்டைச் சுவர்களை இடித்துவிட்டுக் கோட்டைக்கு வெளியிலிருந்த அகழியை நிரப்பி மேடாக்கி வீதிகள் அமைத்தார்கள். இன்றைக்கும் மேற்கு ஆவணி மூல வீதியை ஒட்டி மேலப் பாண்டியன் அகில் தெரு என்று ஒன்று உண்டு. இது அகழித் தெரு. நாயக்கர்கள் அகழியினின்றும் வேறுபடுத்திக் காட்ட, இதைப் பாண்டியன் அகழி என்றார்கள். அதை மூடிவிட்டு அகழித்தெரு ஆக்கினார்கள். மேற்குப் பக்கம் இருப்பது மேலப் பாண்டியன் அகில் தெரு. இதேபோல் மற்ற பக்கங்களிலும் இருந்த தெருக்கள் இப்போது வெவ்வேறு பெயர்களைச் சுமந்து நிற்கின்றன. பாண்டியன் அகழியைத் தூர்த்து அகலமாக்கியவர்கள் அந்தத் தெருக்களை மாசிவீதி என்றனர். இந்த நான்கு மாசிவீதிகளைச் சுற்றிலும் வெளிப்பக்கம் நாயக்கர்கள் கோட்டை இருந்தது. நாயக்கர்கள் வீழ்ச்சிக்குப்

பின்னர் மதுரை ஆங்கிலேயர் வசம் வந்தபின்னர் மதுரையின் கலெக்டர் நாயக்கர் கோட்டைகளை இடித்து அவற்றின் அகழிகளை மூடித் தெருக்களை உண்டாக்கினார். இவையே இன்று வெளிவீதி எனப்படுகின்றன. இதைச் செய்தவர்கள் மாரட் என்ற வெள்ளைக்காரப் பொறியாளரும் பெருமாள் மேஸ்திரி என்ற கொத்தனாரும்தான். கோட்டைச்சுவர் இருந்த பகுதி தெருக்களாக்கப்பட்டு மாரட் வீதி, பெருமாள் மேஸ்திரி வீதி என இன்றைக்கும் மதுரையின் நான்கு பக்கங்களிலும் இருக்கின்றன.

மேலக் கோபுரத் தெருவழியே வெளியே நேரே சென்றால் மேலவெளிவீதி. அதற்கப்புறம் மதுரை புகைவண்டி நிலையம் இருக்கிறது. மதுரைக்குப் புகைவண்டித் தடம் போடப்படுவதற்கு முன்னர் மேலக்கோபுரத்தெரு நேராக நிலையத்துக் குறுக்காகச் சென்று வெளியூர்களுக்குப் போகும். புகைவண்டி நிலையத்தை அடுத்து மூலையில் இன்று *Madura coats* எனப்படும் நூற்பாலை இருக்கிறது. அதனுடைய மூலப் பெயர் ஹார்வி மில்ஸ். இந்த ஆலையை அமைக்க வாணம் தோண்டியபோது அங்கே ரோம நாணயங்கள் கிடைத்துள்ளன. எனவே அங்கு யவனர் குடியிருப்பு அல்லது வணிக வளாகம் இருந்திருக்கவேண்டும்.

நக்கீரரின் நடைப்பயணத்தின்போது இவற்றையெல்லாம்

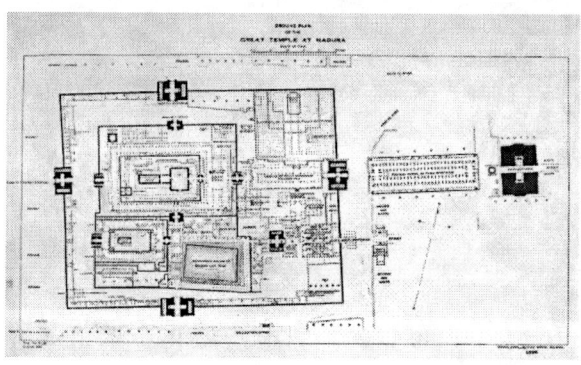

பார்க்கப்போகிறோம். மதுரைக்காரர்களுக்கு இது மனப்பாடமாய்த் தெரிந்த செய்தி. மற்றவர்களுக்காக ஒரு முன்னோட்டம். இந்த முன்னோட்டம் இந்த அளவுக்கு இப்போதைக்குப் போதும். இன்னும் வரும் - தேவைப்படும்போது. கீழே நினைவில் இருத்திக்கொள்ளவேண்டிய இரண்டு படங்கள்.

நெடுநாளைக்கு முன்னர் மதுரை மீனாட்சி அம்மன் கோவில் என்று இன்று அழைக்கப்படும் கோவிலுக்கு முக்கிய கிழக்கு வாசல் எங்கு இருக்கிறது பார்த்தீர்களா?

கீழே: மதுரை - ரயிலுக்கு முன் - ரயிலுக்குப் பின்
முதல் படம்:

ஆங்கிலேயர்கள் சிதிலமடைந்த நாயக்கர் கோட்டையை இடிப்பதற்கு முந்தைய படம் (ஆண்டு 1763). நகரைச் சுற்றிக் காண்பது நாயக்கர் கோட்டை. ஆற்றைக் கடந்து மதுரைக்குள் நுழையும் வழி எங்கே இருக்கிறது கவனித்தீர்களா? புகைவண்டிப் பாதை போடப்படாத காலம். இன்று புகைவண்டி நிலையம் இருக்குமிடம் பெரிய தோப்பு. மேலவாசலிலிருந்து அரசரடி போய், இடதுபக்கம் திரும்பி, நேரே கோச்சடை செல்லும் சாலை அன்றும் இருந்திருக்கிறது. நமது பயணத்துக்கு இதெல்லாம் தேவை.

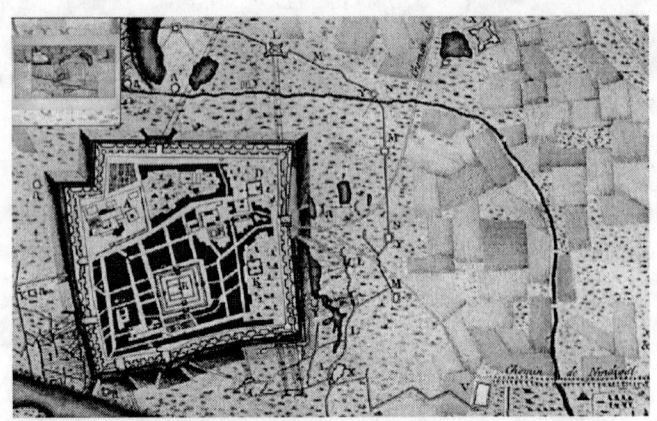

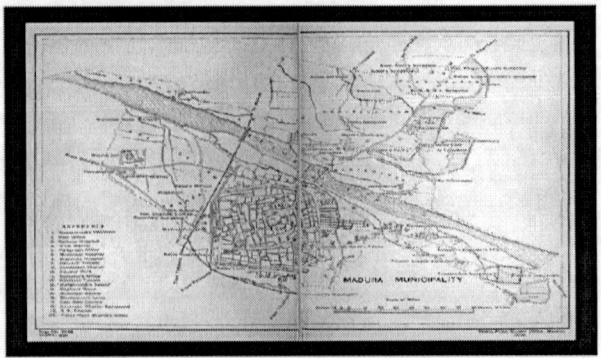

நெடுநல்வாடை—சுருக்கம்

போர்மேல் சென்றிருக்கும் தலைவனின் பிரிவினால் துயருற்று வருந்தும் தலைவியை ஆற்றுவிக்க அவளின் தோழி "தலைவனுக்கு வெற்றி கிட்டி அவன் விரைவில் வீடு திரும்பவேண்டும்" என்று கொற்றவையை வேண்டிக் கூறிய தோழியின் கூற்றாக இப்பாடல் அமைந்துள்ளது. எனவே இது அகத்திணையுள் பாலைத்திணைப் பாடல் ஆயிற்று.

பாடல் தலைவனைப் பற்றிக் கூறும்போது அவனுக்குரிய வேலின் தலையில் வேம்பு மாலை சூட்டியிருப்பதாகத் தோழி கூறுகிறாள். வேம்பு பாண்டிய மன்னர்களுக்கு உரியது. எனவே இப்பாடல் பாண்டிய மன்னனின் வெற்றிக்காகப் பாடப்பட்டது என்ற வகையில் புறப்பொருளில் வாகைத்திணையின்பாற்படும். அந்தப் பாண்டிய மன்னன் தலையாலங்காலத்துச் செரு வென்ற நெடுஞ்செழியன் ஆவான். எனவே தலைவி பாண்டிமாதேவி ஆகிறாள். அவளது இருப்பிடம் பாண்டிய மன்னனின் அரண்மனையைச் சேர்ந்த அந்தப்புரம் ஆகிறது.

கூதிர்காலத்தில் ஒரு நாள் நள்ளிரவில் அந்தப்புரத்தில் தூக்கம் வராமல் துயருற்றுப் படுத்துக்கிடக்கும் அரசியின் நிலையையும் அதேநேரத்தில் துயில் கொள்ளாது வீரர்களின் பாசறைகளைப் பார்வையிட்டு வரும் அரசனின் நிலையையும் இரண்டு ஒப்புமைக் காட்சிகளாகப் புலவர் படைத்திருக்கிறார். 188 அடிகள் கொண்ட இப்பாடலில் 167 3/4 அடிகள் தலைவியின் நிலையையும் மீதி 20 1/4 அடிகளில் பாசறைப் பாண்டியனின் நிலையையும் புலவர் வருணிக்கிறார். இதில் தலைவிக்காகப் புலவர் கொண்ட அடிகள் 12தான்.

15

பகலில் நடந்த போரில் காயம் பட்டிருந்த வீரர்களின் பாசறைகளை நள்ளிரவில் மன்னன் பார்வையிட்டுக் கொண்டிருக்கிறான். ஆங்காங்கே கொளுத்தப்பட்டிருக்கும் பாண்டில் விளக்குகளில் பருச் சுடர் அழல, பட்டத்து யானையும் பருமம் களையாப் பாய் பரிக் கலிமாவான பட்டத்துக் குதிரையும் பின்தொடர்ந்துவர வேம்பு தலை யாத்த வேலைப் பிடித்தவாறு முன்னோன் முறைமுறை காட்ட, இடது தோளினின்றும் சரிந்துவிழும் மேல் துண்டை இடது கையால் தாங்கிப் பிடித்தவாறு, வீசுகின்ற வாடையையும் பொருட்படுத்தாதவாறு பாண்டியன் நள்ளென் யாமத்தும் பள்ளிகொள்ளானாய்ச் சுற்றித் திரிந்து கொண்டிருக்கிறான். இங்கு நகரத்து அரண்மனைப் படுக்கையாகிய மலரணையில் தலைவி புனையா ஓவியம் போலச் சாய்ந்திருக்கிறாள். பேர் அளவு எய்திய பெரும் பெயர்ப் பாண்டிலாகிய அந்தக் கட்டில் அந்தப்புரத்தின் உள்ளே படுக்கை அறையில் இருக்கிறது. கருவொடு பெயரிய காண்பு இன் நல் இல் ஆகிய அந்த அந்தப்புரம் திரு நிலை பெற்ற தீது தீர் சிறப்பின் அரண்மனைக்குச் சற்று அயலே இருக்கிறது.

அந்த அரண்மனை குன்று குயின்றன்ன ஓங்கு நிலை வாயிலுக்குள் இருக்கிறது. வாயிலுக்கு வெளியே மதுரை மக்கள் அன்றைய பகல் முழுக்க விட்டுவிட்டுப் பெய்த மழையால் குளிரில் நடுங்கிக்கொண்டே இரவுத் தூக்கத்துக்கான ஆயத்தங்களைச் செய்துகொண்டிருக்கிறார்கள். ஏற்கனவே அவர்கள் மாலையில் தங்கள் அருகே தேறல் மாந்தி மதுரையின் வெளிவீதிகளில் வேண்டுவயின் திரிதரும் முழுவலி மாக்களை விட்டு விலகிப்போய் வேறோரிடத்தில் நெல்லும் மலரும் தூவிக் கைதொழுது மாலை அயர்ந்துவிட்டார்கள். இந்த மாடம் ஓங்கிய மல்லல் மதுரை வயல்களாலும் தோப்புகளாலும் சூழப்பட்டது. இந்த நளிகொள் சிமைய விரவுமலர் வியன் சோலைகளுக்கும் அப்பால் முசுண்டையும் பீரமும் பூத்துச் சிரிக்கும். நாரையும் கொக்கும் அறல் எதிரும் கயல்களை மென்பறையாய்ப் பறந்து எவ்வாயும் கவர்ந்து திரியும். அவற்றுக்கும் அப்பால் ஆநிரைகள் குளிரால் மேயவும் மறந்து நிற்கும். அவற்றை மேய்க்கும் கோவலர்கள் விடியும் முன்னர் குளிர்காய்ந்து பற்கள் பறைகொட்ட நொந்து போயிருப்பர். காரணம் - மழை, மழை, மழை.

நண்பர்களே!

ஒரு ஹெலிகாப்டரில் ஏறிச் சென்று முதலில் ஒரு போர்க்களப் பாசறை நள்ளிரவுக் காட்சியைப் பார்த்தோம். அதன் பின்னர் அந்த ஹெலிகாப்டர் சடுதியில் ஓர் அரண்மனைக்கு வந்து அங்கு அந்தப்புரத்திலிருக்கும் ஓர் அரசியைக் காட்டிவிட்டு அதன் பின்னர் காலச் சக்கரத்தைப் பின்னோக்கிச் சுழலவிட்டுப் பல இடங்களை ஒரு பறவைக் கண்ணோட்டத்தில் *(bird's eye view)* பார்க்கவிட்டு ஒரு மலைச்சரிவில் நம்மை இறக்கிவிட்டுச் சென்றுவிட்டது. இதுவும் நள்ளிரவுதான். ஆம், ஒரு நாள் முழுக்கப் பறந்திருக்கிறோம். இனித் திரும்பிச் செல்ல எத்தனை நாள் ஆகுமோ? பயப்படவேண்டாம். ஒரே நாளில் கடந்துவிடலாம். வழி தெரியுமா? அச்சமே தேவை இல்லை. நமக்குத் துணைக்கு ஒரு பெரியவர் இருக்கிறார் - இந்த நடைப்பயணத்தில் நம்மை நடத்திச் செல்ல. அவர் தமிழறிந்த பெரும் புலவர். தமிழ்ச்சங்கத் தலைவர். நக்கீரன் *S/O* கணக்காயன் என்பது அவர் பெயர். தூய தமிழில், மரியாதைப் பன்மையில், கணக்காயனார் மகனார் நக்கீரனார். இதோ நக்கீரருடன் நம் நடைப்பயணம் ஆரம்பிக்கிறது.

←▲→

1
பொய்யா வானம் புதுப்பெயல் பொழிந்தென

வையகம் பனிப்ப வலன் ஏர்பு வளைஇப்
பொய்யா வானம் புதுப் பெயல் பொழிந்து என

அடிநேர் உரை

உலகம் (எல்லாம்) குளிரும்படியாக, வலப்புறமாக வளைந்து (எழுந்திருந்து),

(பருவம்)பொய்யாத மேகம் (அப்பருவத்து) முதல் மழையைப் பெய்ததாக,

ஒரே ஒரு நாளில் நிகழும் நிகழ்ச்சிகளாகவே புலவர் பாடலை அமைத்துள்ளார் என்பது என் கருத்து. இன்றைய நாளின் கணக்கீடு போலவே நள்ளிரவில் தொடங்கிப் பகலெல்லாம் பயணம் செய்து அன்றைய இரவும் கழிந்து நள்ளிரவில் பாடல் முடிவடைகிறது. அந்த ஒரு நாளும் கூதிர்காலத்து நாள். எனவே இங்கு கூறப்படும் பெயல் வடகிழக்குப் பருவக்காற்றினால் தமிழகத்தில் பெய்த முதல் மழை. கார்காலத்து மழை என்று சில உரையாசிரியர்கள் கூறியுள்ளனர். அவ்வாறு இருக்க முடியாது என்பதற்குச் சில சான்றுகளைப் பின்னர்க் காண்போம். வடகிழக்குப் பருவக்காற்று தமிழகத்தில் அக்டோபர் 20ஆம் தேதி வாக்கில் ஆரம்பிக்கும் என வானியலார் கூறுகின்றனர். கூதிர்காலம் என்பது ஐப்பசி-மார்கழி மாதங்கள். அக்டோபர் நடுவில் ஐப்பசி தொடங்கும். எனவே இம்மழை வடகிழக்குப் பருவ மழைதான் என்பது உறுதி ஆகிறது. தென்மேற்குப் பருவக்காற்று முடிந்து சில நாட்கள் வானம் வெளுத்திருக்கும். அதன் பின்னர் குறிப்பிட்ட காலத்தில் அடுத்த மழை தொடங்குகிறது. இதையே பொய்யா வானம் என்கிறார் புலவர். இது இந்தப் பருவத்து முதல் மழை. எனவே

இது புதுப்பெயல் ஆகிறது. வடகிழக்குத் திசையில் நின்று கையை முன்னே நீட்டுங்கள். அப்படியே அதை உயர்த்துங்கள். உங்கள் தலையை ஒட்டிய வலதுபக்கத்தில் கையைப் பின்னுக்குக் கொண்டுசெல்லுங்கள். இதுவே வலன் ஏர்பு வளைஇ ஆகும். வலஞ்சுழியாக *(clockwise)* மேகம் மேலெழுகிறது. மேகம் அப்படி எழுந்தால் மழை கண்டிப்பாகப் பெய்யும் என்பார்கள். பெய்த முதல் மழையே பெரு மழை. ஏற்கனவே கோடை முடிந்து, கார்காலம் தொடங்கியபோது கோடை வெப்பம் வெகுவாகக் குறைந்து நிலம் குளிர்ந்து விட்டிருக்கும். அப்புறம் அடுத்த மழை - பெரு மழை - பெய்யும்போது நிலம் வெகுவாகக் குளிர்ந்து குளிர் நடுக்க ஆரம்பிக்கிறது.

நாம் இருப்பது ஒரு மலைச்சரிவு என்று சொன்னேன்.

... வலன் ஏர்பு வளைஇ பொய்யா வானம் ...

... வானம் புதுப்பெயல் பொழிந்தென

மதுரைக்கு மேற்கில் சுமார் 10 கி.மீ. தொலைவில் புல்லூத்து என்னும் இடத்தில் தொடங்கி ஒரு நீண்ட மலைத்தொடர் நெட்டுவாக்கில் கிழக்கு-மேற்காகச் செல்லும். அது நாகமலைத்தொடர். சுமார் 15 கி.மீ. நீளமுள்ளது. இம்மலையின் தெற்குப்பக்கம் நாகமலைப் புதுக்கோட்டையும் மதுரை காமராசர் பல்கலைக்கழகமும் அமைந்திருக்கின்றன. வடக்குப் பக்கம் உள்ள செழிப்பான வயல்வெளிகள் பரந்து கிடக்கும் கோச்சடை, சோழவந்தான் பகுதியில்தான் மேற்கிலிருந்து வரும் வைகை ஆறு கிழக்கு நோக்கி ஓடி மதுரையைத் தொட்டுச் செல்கிறது.

இந்த மலையின் வடக்குச் சரிவில் ஓர் இடத்திலிருந்துதான் நாம் நடக்கப்போகிறோம். சிறிது தொலைவில் வைகை ஆறு ஓடிக்கொண்டிருக்கிறது.

ஆர்கலி முனைஇய கொடும் கோல் கோவலர்

ஏறு உடை இன நிரை வேறு புலம் பரப்பி,
புலம் பெயர் புலம்பொடு கலங்கி, கோடல்
நீடு இதழ் கண்ணி நீர் அலைக் கலாவ
மெய்க் கொள் பெரும் பனி நலிய, பலர் உடன்
கைக் கொள் கொள்ளியர் கவுள் புடையூஉ நடுங்க

மழையால் ஏற்பட்ட வெள்ளத்தை வெறுத்த வளைந்த கோலினையுடைய இடையர்,

காளைகளையுடைய (பல்வேறு) இனம் சேர்ந்த மந்தையை வேறு நிலத்தில் மேயவிட்டு,

இடம் பெயர்ந்த வருத்தத்தோடு மனம்நொந்து, வெண்காந்தள் பூவின்

நீண்ட இதழ்களால் கட்டின தலை மாலை (மழை) நீர் அலைத்தலால் கலைந்துபோக,

(தம்) உடம்பில் கொண்ட மிகுந்த குளிர்ச்சி வருத்துகையினால், பலரும் கூடிக்

கையில் பிடித்த கொள்ளியராய், கன்னங்களின் உட்புறம் (பற்கள்) அடித்துக்கொண்டு நடுங்க -

ஏதோ பெரும் சத்தம் கேட்கிறது அல்லவா? கண கண - என்ற மணி ஒலிகள் வேறு கேட்கின்றன. அதட்டிப் பேசும் குரல்களும் கேட்கின்றன. கொஞ்சம் உற்றுப் பார்த்தால் கூட்டமாய் வரும் பசு மாடுகள் தெரிகின்றன. கூட்டத்தினிடையே ஓரிரண்டு முரட்டுக் காளைகளும் தென்படுகின்றன (ஏறுடை இன நிரை). சிறிது அருகில் சென்று பார்ப்போம். பள்ளமான

இடங்களிலிருந்து மேடான பகுதிக்கு அவை விரைந்து வந்து கொண்டிருக்கின்றன. அவற்றுக்குப் பின்னால் வளைந்த கோல்களையுடைய மாட்டிடையர்கள் புது மழையினால் வந்த திடீர் வெள்ளத்தைப் பழித்துக்கொண்டே (ஆர்கலி முனைஇய) அவற்றை ஓட்டிக்கொண்டு வருகிறார்கள் (வேறு புலம் பரப்பி). புலவர் தன்னுடன் ஒரு நிழற்படக்கருவியையும் (காமிரா) கொண்டு வந்திருக்கிறார். அவர் பதிவுசெய்யும் காட்சிகளைப் பார்க்க ஒரு சிறிய திரையையும் உடையது அந்தக் காமிரா. காட்சியைப் பெரிதாக்குகிறார் (*zoom*). கோவலரின் முகம் நன்கு தெரிகிறது. அவர்கள் முகத்தில்தான் எத்துணைச் சலிப்பு! ஒரு கேள்விக்குறியுடன் புலவரைப் பார்க்கிறீர்கள். உங்களைப் புரிந்துகொண்ட அவர் கூறுகிறார்: "ஆடி மாதம் இங்கு வந்து கிடைபோட்டிருப்பார்கள். ஆடி, ஆவணி, புரட்டாசி என மூன்று மாதங்கள் வீட்டை விட்டு இங்கு வந்து தனிமையில் தங்கியிருக்கிறார்கள். அந்தத் துயரம் போதாது என்று இந்தப் பெருவெள்ளம் கொடுத்துள்ள துன்பமும் சேர்ந்து கொண்டதால் ஏற்பட்ட வேதனை (புலம் பெயர் புலம்பொடு கலங்கி)".

இப்பொழுது காமிரா இன்னும் பெரிதாகி அவர்களின் உச்சந் தலையைக்காட்டுகிறது. தங்கள் குடுமிகளில் அவர்கள் வெண்காந்தள் மலர்க்கண்ணி சூடியிருக்கிறார்கள் (கோடல் நீடிதழ்க் கண்ணி). டொப், டொப் என்று மழைத்துளிகள் காந்தள் மலர்களின் மீது விழுவதால் குவிந்த விரல்கள் போன்ற அவற்றின் நீண்ட இதழ்கள் கலைந்துபோய்க் கிடக்கின்றன (நீரலைக் கலாவ). இதோ அவர்கள் உங்கள் அருகில் வந்துவிட்டார்கள். குளிர் தாங்காத அவர்கள் தவறு செய்த கிராமத்துப் பள்ளிக்கூட மாணவனைப் போல் தங்கள் மார்பினில் இறுகக் கைகளைக் கட்டிக்கொண்டு இருக்கின்றனர் (மெய்க்கொள் பெரும்பனி நலிய). மாடுகளை ஒருவாறு பத்திரமான இடத்தில் சேர்த்துவிட்ட அவர்கள் தங்களின் இருப்பிடங்களில் சமையலுக்காக வைத்திருக்கும் விறகுக் கட்டைகளை எடுத்து அடுக்கித் தீ மூட்டுகிறார்கள். கொழுந்துவிட்டு எரியும் அந்தக் கொள்ளிக் கட்டைகளின் மீது தங்கள் கைகளை நீட்டிச் சூடுபடுத்திக்கொள்கிறார்கள் (பலருடன் கைக்கொள் கொள்ளியர்). குளிரின் கடுமையால் பல்வரிசைகள் ஒன்றோடு ஒன்று அடித்து, கட கட வென்ற ஒலி உங்கள் வரை கேட்கிறது. அந்த ஆட்டத்தால் ஒட்டிப்போயிருக்கும் இரு கன்னங்களும் உதறலெடுத்து நடுங்குகின்றன (கவுள் புடையூஉ

நடுங்க).

இந்தக் காட்சிகளைப் புலவர் எவ்வாறு அமைத்திருக்கிறார் எனத் தொகுத்துப் பார்போம்.

ஆர்கலி முனைஇய கொடும் கோல் கோவலர்- medium shot
ஏறு உடை இன நிரை வேறு புலம் பரப்பி-long shot

ஆர்கலி முனைஇய கொடும் கோல் கோவலர்

ஏறுடை இனநிரை வேறு புலம் பரப்பி

புலம் பெயர் புலம்பொடு கலங்கி, - (zoom forward) close up of face

புலம் பெயர் புலம்பொடு கலங்கி

கோடல், நீடு இதழ்க் கண்ணி நீர் அலைக் கலாவ - deep close up of top of head

கோடல் நீடு இதழ்

கண்ணி

மெய்க் கொள் பெரும் பனி நலிய, - zoom out - medium shot upto hip

பலர் உடன், கைக் கொள் கொள்ளியர் - still zoom out - group shot

மெய்க் கொள் பெரும் பனி நலிய..

கைக் கொள் கொள்ளியர்

கவுள் புடையூஉ நடுங்க - again zoom in - close up of face side view.

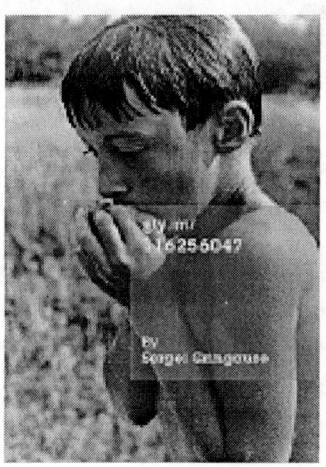

இந்தப் புகைப்படங்கள் ஓரளவுக்குக் காட்சிகளை உணர்த்த முயலுகின்றன. நக்கீரர் உணர்த்த விரும்பும் காட்சிகளை அவரின் சொற்களினின்றும் உய்த்துணர்ந்து மனக்கண்ணால் கண்டுகளிக்க.

இதேபோன்று பாடல் முழுக்க அமைத்தால் மிக விரிவாகிப் படிப்பவரின் கற்பனைத் திறனுக்குக் கடிவாளம் போட்டது போல் ஆகிவிடும். இந்தச் சொற்காட்சிகளை எவ்வாறு ஒவ்வொரு

சொல்லாகப் பொருள்கொண்டு காட்சிப்படுத்திப் பாடலைப் படிக்கவேண்டும் எனக் காண்பிக்க இது ஒரு மாதிரியே. எனவே இனிமேல் ஒவ்வொரு அடிக்கும் இவ்வாறான விளக்கங்கள் அமையமாட்டா. குறிப்பிட்ட சில இடங்களில் மட்டும் இத்தகைய பட விளக்கங்கள் கொடுக்கப்படும்.

பாடல்களைக் காட்சிப்படுத்திக் காண முயலும் மும்முரத்தில் புலவரின் வேறு சில நயங்களையும் அவர் கையாண்டுள்ள சொற்களின் நயங்களையும் காணத் தவறக்கூடாது.

வலனேர்பு வளைஇ என்ற தொடரின் நுணுக்கத்தை முன்னர்க் கண்டோம். விடியற்காலைக் குளிரில் நெருப்பு மூட்டி அதில் குளிர்காய்ந்து கொண்டிருக்கும் இடையர்களைப் பற்றிக் கூறும்போது புலவர் கூறுகிறார், **"கைக்கொள் கொள்ளியர்.."** கொள்ளி என்பதற்கு இப்போதைக்கு ஒரே பொருள்தான். பொதுவாகக் கொள்ளி என்பதற்கு அகராதிகள் கூறும் பொருள் நெருப்பு என்பதே. ஒரு பொருளைக் குறிப்பிட இரு வேறு சொற்கள் இருந்தாலே அவற்றுக்குள் ஒரு சிறிதளவு வேறுபாடாவது இருக்கும். எனவே கொள்ளி என்பதற்குரிய தனிப் பொருளைக் காண அதன் பயன்பாட்டைப் பார்க்கவேண்டும்.

(1) இளம்பிறை அன்ன விளங்கு சுடர் நேமி
விசும்பு வீழ் கொள்ளியின் பைம் பயிர் துமிப்ப -
(குறு. 189/4)
(2) புனவர் கொள்ளியின் புகல் வரும் மஞ்ஞை- (ஐங். 295/3)
(3) ஏனல் அம் சிறுதினை சேணோன் கையதை
பிடி கை அமைந்த கனல் வாய் கொள்ளி
விடு பொறி சுடரின் மின்னி - (அகம். 73/14-16)
(4) ஐது படு கொள்ளி அங்கை காய - (அகம். 94/7)
(5) இரு தலை கொள்ளி இடை நின்று வருந்தி -(அகம். 339/9)
(6) குறத்தி மாட்டிய வறல் கடை கொள்ளி - (புறம். 108/1)
(7) சீறில் முன்றில் கூறுசெய்திடுமார்
கொள்ளி வைத்த கொழு நிண நாற்றம் - (புறம். 325/8-9)

மேற்கண்ட அடிகளால் கொள்ளி என்பது ஒன்றனை எரிப்பதற்காகப் பயன்படுத்தப்படும் நெருப்பு என்றாகிறது. காய்ந்த செடி, கொடிகளையும் சுள்ளிகளையும் சேர்த்துக் குவித்து எரிப்பதற்காக அவற்றில் மூட்டப்படும் நெருப்பே கொள்ளி. இறைச்சியைச் சுடுவதற்காக மூட்டப்படும் நெருப்பும் கொள்ளி

எனப்படுகிறது. இதுவே ஆகுபெயராய் அவ்வாறு எரியும் மரக்கட்டைக்கும் பொருளாய் நின்றது. கொள்ளிக்கட்டையே கொள்ளியாய் நின்றது. இருதலைக் கொள்ளி எறும்பு என்று இன்றைக்கும் சொல்கிறோம். இந்தப் பொருளே இன்று உயிரற்ற உடல்களை எரிப்பதற்காகப் பயன்படும் நெருப்பு என்ற அளவில் சுருங்கிவிட்டது. கோவலர் குளிர்காய்வதற்காகக்0 காய்ந்த கூளம், செத்தை போன்றவற்றைக் கூட்டி ஒன்றுசேர்த்து அதில் நெருப்புமூட்டுவர். அந்த நெருப்பே கொள்ளி நெருப்பு. அப்பொழுது அவர்கள் அந்த நெருப்பின் மேல், அகலாது அணுகாது, சரியான உயரத்தில் உள்ளங்கைகளை நீட்டிச் சூடாக்கிப் பின்னர் அந்த உள்ளங்கை கொண்டு தம் கன்னத்தில் வைத்துச் சூடேற்றிக்கொள்வர். இதைதான் புலவர் கைக்கொள் கொள்ளியர் எனக் குறிப்பிடுகிறார் என்பர். குளிரினால் பற்கள் பறைகொட்டத் தாடையே நடுங்கும். அவ்வாறு தாடை நடுங்குவதையே புலவர் கவுள் புடையூஉ நடுங்க என்கிறார். புடைத்தல் என்பது அடித்தல் - நையப் புடைத்தான் என்கிறோம் அல்லவா? கவுள் புடையூஉ என்கிற அளபெடையைச் சற்றே நீட்டித்துச் சொல்லும்போது நடுங்குகிறது போல் இல்லையா? *Mnemonic word* என்கிறோமே அதுபோல் இல்லையா இந்த அளபெடை?

செல்வர் வீட்டுத் தொழு மாடுகள் மிகப்பெரும்பாலும் பசுக்களாகவே இருக்கும். பிறக்கின்ற காளைக் கன்றுகளையும் ஒரு பருவத்துக்கு மேல் விற்றுவிடுவார்கள். இனவிருத்திக்காக ஒன்றிரண்டு காளைகள் வளர்ப்பர். அவற்றுக்கிடையே அடிக்கடி சண்டை நடக்கும். அப்படி ஒத்துவராதபோது இரண்டில் ஒன்றை விற்றுவிடுவர். எனவே சில மந்தைகளில் ஒரே ஒரு காளைமாடு மட்டும் இருக்கும். பசுக்கூட்டம் மொத்தமாக வரும்போது நிமிர்ந்த தலையுடன் தன் அழகிய கொம்புகளை ஆட்டிக்கொண்டே பெருத்த திமில்கள் தளக் தளக் - என்று இரு பக்கங்களிலும் தளும்பி ஆட மதவு நடை போட்டு நடுநாயகமாக வரும் காளை இலேசாகத் தலை தாழ்த்திச் செறுமிக் குரல் எழுப்பும் அழகே அழகு! இதைத்தான் நக்கீரர் ஏறு உடை இன நிரை என்கிறார்.

புலம் பெயர் புலம்பு என்பதற்கு உரைகாரர்கள் தாம் இருக்கின்ற இடத்தைவிட்டு வெள்ளத்தினால் வேறு இடத்திற்குப் பெயரும் துன்பம் என்று பொருள் கொள்ளுகின்றனர்.

புலம்பெயர் **புலம்பொடு** கலங்கி என்று புலவர் கூறுவதால் தாம் வசிக்கின்ற ஊரைவிட்டு வெகுதொலைவில் கிடைபோட்டுத் தங்கியிருப்பதால் ஏற்பட்ட தனிமை ஏக்கத் துயரத்தோடு வெள்ளத்தால் இப்போது ஏற்பட்டிருக்கும் துயரமும் சேர்ந்துகொள்ளக் கலங்கி என்ற பொருள் சிறப்பாக அமையும். கண்ணி என்பது ஆடவர் தலையில் சூடிக்கொள்வது.

மைந்தர் கண்ணி மகளிர் சூடவும்
மகளிர் கோதை மைந்தர் மலையவும் - (பட்டினப். 109-110)

என்னும் பட்டினப்பாலை வரிகள் இதை உறுதிப்படுத்துகின்றன. மேய்ச்சல் வெளியில் வெண்காந்தள் (கோடல்) மலர்களைப் பார்த்த கோவலர் அவற்றின் அழகில் மயங்கிப் பூக்களை மாலையாகத் தொடுத்து தலையில் சூடிக்கொள்வர் போலும். *Glory lily* என்று அழைக்கப்படும் கோடலின் அறிவியற்பெயர் *gloriosa superb*. இதில் பத்துக்கும் மேலான வகைகள் உண்டு என்பர். இதைப் பற்றிய தகவல்களில் ஒன்று கூறுகிறது: "*Gloriosa is a perennial plant. The crop flowers during September - October*". இதுவே வடகிழக்குப் பருவ மழையின் தொடக்ககாலம். நெடுநல்வாடையில் இருவிதத் தொடர்ச்சிகள் (continuity) காணப்படுகின்றன. ஒன்று நிகழ்விடத் தொடர்ச்சி (continuity of space). அடுத்தது காலத் தொடர்ச்சி (continuity of time). பாடலில் கூறப்படும் நிகழ்வுகள் அடுத்தடுத்து நிகழ்பவை. அவை நிகழும் காலங்கள் அடுத்தடுத்து அமைந்தவை. இந்தத் தொடர்ச்சிதான் பாடலின் சிறப்பான அழகு என்பது என் கருத்து.

இப்பகுதியில் நாம் கண்ட காட்சிகளும் அவற்றுக்கான காலங்களும்:

பொய்யா வானம் வலனேர்பு வளைஇ - யாமம் - நள்ளிரவு 12 மணி

புதுப்பெயல் பொழிந்தென - 12 - 2 மணி காலை - கடை யாமம்

ஏறுடை இனநிரை வேறு புலம் பரப்பி - 2 - 4 மணி காலை - முன் வைகறை

கைக்கொள் கொள்ளியர் - 4 - 6 மணி காலை - பின் வைகறை

2
பொங்கல் வெண்மழை

மா மேயல் மறப்ப மந்தி கூர
பறவை படிவன வீழ கறவை
கன்று கோள் ஒழியக் கடிய வீசி
குன்று குளிர்ப்பு அன்ன கூதிர்ப் பானாள்

விலங்குகள் மேய்தலை மறந்துபோக, குரங்குகள் (குளிரால்) கூனிப்போக (மரங்களில் தங்கும்) பறவைகள் (உறைந்துபோய் காலின் பிடியை விட்டுக் கீழே) வீழ, கறவை மாடுகள் (தம்) கன்றை ஏற்றுக்கொள்ளுதலைத் தவிர்க்கக் கடுமையாய் உதைக்க, மலையையும் குளிர்விப்பது போன்ற கூதிர்க்காலத்தின் (ஒரு) பானாளில்

மழையில் நனைந்து வெள்ளத்திற்குத் தப்பிக் குளிரில் நடுங்கிக் குளிர்காய்ந்துகொண்டு இருக்கும் கோவலர்களுடன் அமர்ந்து நாமும் சிறிது குளிர்காய்ந்து பொழுதைக் கழித்துக்கொண்டிருக்கும்போது - பளபள - வென்று பொழுது விடிகிறது. விடிந்து வெகுநேரமாகியும் குளிர் மறையவில்லை.

மா மேயல் மறப்ப

மந்தி கூர

பறவை படிவன ..

கன்று கோள் ஒழிய

குன்று குளிர்ப்பன்ன

மாடுகள் மேய்ச்சலை மறந்து நிற்கின்றன. மரங்களில் இருக்கும் குரங்குகள் கூனிப்போய் உடலைச் சுருக்கிக்கொண்டு அமர்ந்திருக்கின்றன. கிளைகளில் அமர்ந்திருக்கும் பறவைகள் தம் விரல்கள் மரத்துப்போனதால் கால்பிடிப்பு இளகிப் பொத், பொத் என்று கீழே விழுகின்றன. கன்றுக்குட்டிகளுக்குப் பசியெடுக்க ஆசையுடன் தாயின் அருகில் ஓடிச்சென்று பின்னங்கால்களுக்கிடையில் மடியைத் தேடி, தலையுயர்த்தி, வாய்திறந்து, மடிக்காம்பை எட்டிக் கவ்வுகின்றன. அவ்வளவுதான் - திடீரென்று ஏற்பட்ட சில் லென்ற தொடுதலில் சிலிர்ப்படைந்த பசுக்கள் பின்னங்காலால் பின்னால் உதைவிட்டவண்ணம் விலகி நிற்கின்றன.

சுற்றிவர இத்தனைக் காட்சிகளையும் நமக்குச் சுட்டிக்காட்டிய புலவர் நடந்துகொண்டே நம்மை அடிவாரத்துக்கு அழைத்து வந்துவிட்டார். அங்கு நின்று பின்னால் திரும்பிப் பார்க்கிறார். உயரமான குன்று - அதன் உச்சியில் தவழும் மேகங்கள் - அங்கு வளர்ந்திருக்கும் செடிகொடிகளெல்லாம் மழையில் குளிர நனைந்து குனிந்துகொண்டு நிற்கின்றன. விலங்கினங்களும் குளிரால் விறைத்துக்கொண்டு நிற்கின்றன. அந்தக் குன்றே குளிரால் குன்னிப்போய்க்கிடக்கிறது போல் அவருக்குத் தோன்றுகிறது. அவர் கூறுகிறார்:

குன்று குளிர்ப்பு அன்ன கூதிர்ப் பானாள்

இதற்கு நச்சினார்க்கினியர் கூறும் உரை:- மலையைக் குளிர்ச்சி செய்யுமாறு போன்ற கூதிர்காலத்து நடுயாமத்தே.

பெருமழைப்புலவர் கூறும் உரை:- மலையையும் குளிர்விப்பது போன்ற கூதிர்காலத்தின் நடுயாமத்தே.

இங்கே நமக்கு இருவித ஐயங்கள் தோன்றுகின்றன. குன்றுக்குக் குளிருமா? குளிர்ச்சி அடைதல் என்பது உயிருள்ள பொருள்களுக்கு ஏற்படும் உணர்வு. சில் லென்ற காற்று வீசும்போது நமக்குக் குளிர்கிறது. நாம் அணிந்திருக்கும் சட்டைக்குக் குளிருமா? இலக்கியங்கள் என்ன சொல்கின்றன எனப் பார்ப்போம்.

இரும் பிடி குளிர்ப்ப வீசி பெரும் களிற்று - (திரு. 304)
இரும் களிற்று இன நிரை குளிர்ப்ப வீசி - (அகம். 214/3)

யானைகள் முரட்டுத்தோல் கொண்டவை. அவற்றுக்கே குளிர்ந்தால் அது குளிரின் கடுமையைக் குறிக்கும்.

அடுத்து, புலவர்கள் இப்படியும் பாடியிருக்கிறார்கள்

மண் கண் குளிர்ப்ப வீசி தண் பெயல் - (அகம். 23/1)
இரு நிலம் குளிர்ப்ப வீசி அல்கலும் - (ஐங். 470/1)

நிலம் குளிர மழை பெய்தது என்பது இன்றைக்கும் வழக்கிலிருக்கிறது. நிலத்தின் மேற்பரப்பிலிருக்கும் வெம்மை குறைந்தது என்பது இதன் பொருள். நிலத்திற்குக் குளிர்ந்தது என்பது இதன் பொருள் அன்று. இவ்வாறு நிலம் குளிர்ந்து போவதற்குக் காரணம் மழை. எனவே அந்த மழை நிலத்தைக் குளிர்வித்தது என்பது சரிதானே. இதை ஒட்டி நக்கீரரும் **குன்று குளிர்ப்ப** என்னாமல் **குன்று குளிர்ப்பு அன்ன** என்று கூறுகிறார்.

அடுத்த ஐயம் பானாள் என்ற சொல் பற்றியது. பானாள் என்பதற்கு நள்ளிரவு என்று பொருள் கொள்ளப்படுகிறது. ஒருவர் கூதிர்காலத்து நள்ளிரவில் நடுங்கிக்கொண்டே, "என்னப்பா, இன்னக்கி இப்படிக் குளிருது?" என்று சொன்னால் "என்னய்யா இது, இப்ப குளிர்காலம், பத்தாக்குறைக்கு நடுராத்திரி வேற, பின்ன குளிராம என்ன செய்யும்?" என்று சொல்ல மாட்டீர்களா?, மாறாக உச்சிவெயில் காலத்தில் உடலே நடுங்குவது போல் குளிரடித்தால் என்ன சொல்வீர்கள்? "என்னப்பா, பட்டப் பகல் லயே இந்த நடுக்கு நடுக்குது!" என்று கூவமாட்டீர்களா?

ப.பாண்டியராஜா

"ஒனக்கு மட்டுமா குளுறுது? மாடெல்லாம் மேயாம நிக்குது, மந்திகூடக் கூனிப்போயிருக்கு, பறவை எல்லாம் வெறச்சிப்போச்சு, கன்டு பால் குடிக்கப்போனா கறவமாடு ஒதைக்குது, மொத்தத்துல இந்த மத்தியானத்துலகூட அந்த மலயே நடுங்குறமாதிரி ல்ல இருக்கு" என்று இடையர்கள் பேசிக்கொள்வதையே இலக்கிய வடிவத்தில் கொடுத்திருக்கிறார் நக்கீரர் எனலாம்.

இவையெல்லாம் இருக்கலாம் என்ற யூகங்கள். இன்னும் சற்று ஆழமாக நோக்குவோம். பானாள் என்பதை பால் நாள் எனப் பிரிக்கலாம். இதற்குப் பகுதி நாள் அல்லது பாதி நாள் என்று பொருள். இந்தப் பாதிநாள் என்பது நள்ளிரவு என்றால், நண்பகல் என்பது நாளின் தொடக்கம் ஆகிறதே! அன்றைக்குக் காலையில் பூக்கும் மலரை நாள் மலர் என்கிறோம். எனவே நாளின் தொடக்கம் காலைதானே! எனவே பாதிநாள் என்பதைப் பகலில் பாதிநாள், இரவில் பாதிநாள் என இரண்டாகக் கொள்ளலாம்.

பானாள் இரவில் நம் பணைத்தோள் உள்ளி - (அகம். 210/7)

என்ற அடி இரவுக்குரிய பானாளைக் குறிக்கிறது. எனவே பகலுக்குரிய பானாளும் இருக்கவேண்டும் அல்லவா? அது மத்தியானம் அல்லது நண்பகல்.

மேலும் நா. கதிரைவேற்பிள்ளையின் தமிழ்மொழி அகராதி, பானாள் என்பதற்கு அத்தசாமம், மத்தியானம், பாதிநாள் எனப் பொருள் கூறுகிறது. V. Viswanatha Pillai அவர்களின் Tamil and English Dictionary பானாள் என்பதற்கு பாதிநாள், mid-day or midnight என்றே பொருள் கூறுகிறது. ஆனால் சங்க இலக்கியத்தில் மிகப் பெரும்பாலான இடங்களில் பானாள் என்பது கங்குலை விளக்கும் சொல்லாகவே அமைந்திருப்பதால் பானாள் என்பதற்கு நள்ளிரவு என்ற பொருள் கொண்டுவிட்டனர் போலும். அரைநாள் என்ற சொல்லுக்கும் தமிழ்ப் பேரகராதி நடுராத்திரி என்ற பொருளையே கொடுக்கிறது. ஆனால் அரைநாள் என்பது நண்பகலையும் குறிக்கும் என்பதனை இதே நெடுநல்வாடையில் ஐயத்திற்கிடமின்றிப் பின்னர் காண்போம்.

இரண்டுவித வாதங்களினால் இங்கு கூறப்படும் பானாள் என்பது நண்பகலே என்பது உறுதியாகிறது. நமது நெடுநல்வாடைப் பாடல் பகுதியை வைத்தும் பானாள் என்பதை நண்பகல் என்று கொள்ளலாம். இந்த **குன்று குளிர்ப்பன்ன கூதிர்ப்பானாள்** என்ற

அடி வருகிற சூழலைக் கவனியுங்கள்.

மா மேயல் மறப்ப மந்தி கூர
பறவை படிவன வீழ கறவை
கன்று கோள் ஒழியக் கடிய வீசி
குன்று குளிர்ப்பு அன்ன கூதிர் பானாள்
புன் கொடி முசுண்டை பொறிப் புற வான் பூ
பொன் போல் பீரமொடு புதல்_புதல் மலர

பானாள் நள்ளிரவு என்றால் மாடுகள் நள்ளிரவில் மேயுமா?, கன்றுகள் பால் குடிக்குமா?. இதற்கு அடுத்த அடியில் முசுண்டையும் பீர்க்கமும் மலர்ந்து சிரிக்கின்றன என்கிறார் புலவர். இவை எல்லாம் நள்ளிரவில் நடக்குமா? இந்த மாதிரி யாரும் கேள்வி கேட்டுவிடக்கூடாது என்பதற்காகக் குன்று குளிர்ப்பு அன்ன கூதிர் பானாள் என்ற இந்த அடியைப் புலம்பொடு வதியும் அரிவைக்கு என்ற 166ஆம் அடியுடன் மேலே கூட்டுக என்கிறார் நச்சினார்க்கினியர். ஒரு நெடும்பாடலின் 12ஆம் அடியை 166ஆம் அடியுடன் கூட்டிப் பொருள்கொள்ளும் விந்தையை என்னவென்று கூறுவது? சரி, இங்கிருந்து அங்கு தாவிப் பொருள்கொள்கிறாரே, பின்னர் அங்கிருந்து இங்கே மீண்டும் வந்து, விட்ட இடத்தினின்றும் தொடரவேண்டும் அல்லவா? 12 166 என்று தாவிவிட்டபின் அப்படியே சென்று பாடலை முடித்துவிட்டால் இடைப்பட்ட 13 - 165 ஆகிய வரிகளுக்கு எப்போது வருவது? பாடலின் ஆற்றொழுக்கான தொடர்ச்சியே அற்றுப்போய்விட்டதே. எனவே பானாள் என்பது இங்கு நண்பகலையே குறிக்கிறது என்பது உறுதியாகிறது.

இந்தப்பாடலில் இரண்டுவிதத் தொடர்ச்சிகள் உள்ளன என்று முன்பு சொன்னேன். நிகழ்விடத் தொடர்ச்சி, காலத் தொடர்ச்சி என்ற இரண்டுவிதத் தொடர்ச்சிகளும் இப்போது உறுதியாகின்றன. இல்லையென்றால் பாடலில் இங்கே ஓர் ஒடிவுப்புள்ளி *(point of discontinuity)* தோன்றுகிறது.

அடுத்து, பானாள் என்பது பால் நாள் எனப் பிரிக்கப்படுவதால் பாதி நாள் எனப் பொருள்தரும். எனவே பகல் நாள் 30 நாழிகைகளில் பாதிப் பொழுதாகிய 15 நாழிகைப் பொழுதை இது குறிக்கும் எனவும் கொள்ளலாம். அதாவது பகல் 12 மணிநேர அளவில் பாதியாகிய 6 மணிநேரம் பானாள் எனலாம். இதேபோல் இரவுக்கும் கொள்ளலாம். இந்தப் பாதிக்கு மையமாக

நண்பகலைக் கொண்டால் (12 மணி), காலை 9 மணி முதல் பிற்பகல் 3 மணி வரையிலான பொழுதைப் பானாள் பொழுது எனவும் கொள்ளலாம். எனவே

காலை	**6 மணி - 9 மணி (3 மணி நேரம்)**
பகல்	**9 மணி - 3 மணி (6 மணி நேரம் - பானாள்)**
எற்பாடு	**3 மணி - 6 மணி (3 மணி நேரம்)**
மாலை	**6 மணி - 9 மணி (3 மணி நேரம்)**
யாமம்	**9 மணி - 3 மணி (முதல் 9 - 11, இடை 11 - 1, கடை 1 - 3 மணி)**
வைகறை	**3 மணி - 6 மணி (3 மணி நேரம்)**

என்ற வகையில் சிறுபொழுது அமைந்திருக்கலாம். சங்க இலக்கியங்களில் சிறுபொழுதுகள் குறிக்கப்படும் வழங்கிடங்களை உன்னிப்பாகக் கவனித்து ஆய்வு செய்யவேண்டும். ஒரு குறிப்பு: ஒவ்வொரு சிறுபொழுதுக்கும் 4 மணி நேரம் என்று கொண்டால் மாலை என்பது 6 - 10 மணி, வைகறை என்பது 2 - 6 மணி ஆகிறது. இரவு பத்து மணிவரை மாலை ஆகுமா? வெளிநாடுகளில் வேண்டுமானால் இருக்கலாம். கோடையில் இரவு 9 மணி வரை நல்ல வெளிச்சம் இருப்பதை மின்னசோட்டாவில் பார்த்திருக்கிறேன். எங்கள் ஊரில் (1950களில்) இரவு 8 மணிக்கு ஊரடங்கிப்போகும். காலை 3 மணி அளவில் முதல் கோழி கூவ, உழவர் வெகுதொலைவில் இருக்கும் முல்லைக் காடுகளுக்குப் புறப்பட்டுச் செல்வர். இது பற்றிய ஆய்வை இளம் ஆய்வாளர்களிடம் விட்டுவிட்டு நாம் நம் பயணத்தைத் தொடர்வோம்.

புன் கொடி முசுண்டை பொறிப் புற வான் பூ
பொன் போல் பீரமொடு புதல்_புதல் மலர
பைம் கால் கொக்கின் மென் பறைத் தொழுதி
இரும் களி பரந்த ஈர வெண் மணல்
செவ் வரி நாரையோடு எவ் வாயும் கவர
கயல் அறல் எதிர கடும் புனல் சாஅய்
பெயல் உலந்து எழுந்த பொங்கல் வெண் மழை
அகல் இரு விசும்பில் துவலை கற்ப

மெல்லிய கொடியையுடைய முசுண்டையில் திரண்ட புறத்தையுடைய வெண்ணிறப் பூ

பொன் போன்ற (நிறமுள்ள) பீர்க்குடன் புதர்கள்தோறும் மலர,

இளமையான காலையுடைய கொக்கின் (அங்குமிங்கும்) மெதுவாகப் பறந்து திரியும் கூட்டம்
கரிய வண்டலின் சேறு பரந்த ஈரமான வெண்மை நிற மணலில், சிவந்த வரிகளைக் கொண்ட நாரைகளுடன் எல்லாப் பக்கங்களிலும் மீன்களைப் பிடிக்க;
கெண்டை மீன்கள் சிறிதாய் ஓடும் நீரில் எதிர்த்து ஏறி வரப் பெரும் நீர்ப்பெருக்கு குறைய;
மழை பெய்து ஓய்ந்த பின் மேலெழுந்த (நுரை)பொங்குதலைப் போன்ற வெண்ணிற மேகங்கள்
அகன்ற பெரிய ஆகாயத்தில் சிறு தூறலாகத் தூவ;

நாம் மலையடிவாரத்தை ஒட்டி வைகை ஆற்றங்கரையில் நிற்கிறோம். வந்த வழியைத் திரும்பிப் பார்த்தால் குட்டிக் குட்டிப் புதர்கள் அடர்ந்த மலை நிமிர்ந்து நெடுகச் செல்கிறது. அந்தப் புதர்கள்தோறும் முசுண்டைகளும் பீர்க்கமும் பூத்துச் சிரிக்கின்றன.

"முசுண்டையா?" பெயர் புதிதாக இருக்க முகத்தில் வினாக்குறியுடன் நக்கீரரைப் பார்க்கிறோம்.

"அதோ மெல்லிதான, அழகில்லாத கொடி தெரிகிறதே **(புன்கொடி.)** அதுதான்" என்கிறார் அவர்.

நமக்கு இன்னும் விளங்கவில்லை. நம் அருகே வந்து குனிந்து கையை நீட்டித் தொலைவில் இருக்கும் புதரைக் காண்பிக்கிறார்.

"அதோ வெள்ளையாகப் பூத்திருக்கிறது, பார் **(வான் பூ)**"

எத்தனையோ பூக்கள் வெண்மையாக இருக்கின்றன - நமக்குத் தெரிந்த முல்லைகூட. நாம் இன்னும் விழிக்கிறோம் - விழியால் விளித்தபடி.

"சப்பட்டையாகத் தெரிவதெல்லாம் இல்லை. முதுகுப் பக்கம் புடைத்துக்கொண்டிருக்கிறது பார் **(பொறிப்புறம்;** பொறி = திரட்சி, rotundity), அதுதான் முசுண்டை"

புன்கொடி முசுண்டை பொறிப்புற வான்பூ - என்ன அழகிய, முழுமையான, நிறைவுள்ள வருணனை பாருங்கள்! - *beautiful, perfect and compact description.*

இவற்றின் அருகில் பொன்னிறப் பீர்க்கம்பூக்களும் பூத்திருக்கின்றன **(பொன் போல் பீரமொடு).** அங்கங்கே அல்ல -

எங்கெங்கும்! (புதல்புதல் மலர)

என்ன ஓர் இனிய காட்சி! **பச்சைப்** புதர்களின் மேல் - **வெண்ணிற** முசுண்டை - அவற்றுடன் **பொன் நிறப்** பீரம் -

புன்கொடி முசுண்டை   பொறிப்புற வான்பூ

பொன் போல் பீரம்   புதல் புதல் மலர

இந்தப் பாடுபட்டு அந்தக் காட்சியை உங்கள் கண்முன்னால் நான் காட்ட - சொற்களாலேயே அதைச் செதுக்கிக் காட்டுகிறார் நம் சொற்சிற்பி!

மலையையே திரும்பித் திரும்பிப் பார்த்தவண்ணம் கரைவழியே செல்லும்போது - எங்கிருந்தோ ஒரு கொக்குக் கூட்டம் பறந்துவந்து ஒட்டுமொத்தமாய் அங்கு அமர்கின்றது. தென்மேற்குப் பருவக்காற்றின் கடைசி மழையில் பெருக்கெடுத்து வந்த வெள்ளம் கரைதாண்டிப் பாய்ந்து அங்கங்கே குட்டைகளாய்த் தங்கிவிட்டிருக்கிறது. நாளடைவில் நீர் பழையதாகிக் கருத்துவிட அது இருங்கழியாய் மாறிவிட்டது. (இரும் = கரிய) இப்போது பெய்த முதல் மழையால் வந்த (புதுப்பெயல் - நினைவிருக்கிறதா?) கரை புரண்ட வெள்ளம் கழிகளில் புதிய மணலைப் பரப்பிவிட்டுப் போய்விட்டது. புதுமணல் அல்லவா? அழுக்குப்படாமல் வெண்மையாக

இருக்கிறது. இப்போதுதான் மழை பெய்து ஓய்ந்திருப்பதால் மணல் இன்னும் ஈரமாகவே இருக்கிறது.

இருங்கழி படர்ந்த ஈர வெண்மணல் - ஒவ்வொரு சொல்லுக்கும் பின்னால் ஒரு கதை இருக்கிறதே!

பறந்து வந்த கொக்குக் கூட்டம் இந்த மணல் திட்டுகளில் மாறிமாறி அமர்ந்தும் அங்குமிங்கும் பறந்தும் மீன்களை மேய்கின்றது.

"அவற்றின் பசிய கால்களைப் பார்த்தீர்களா?" **(பைங்கால் கொக்கின்)**

"அவை மென்மையாகப் பறந்து திரியும் அழகைக் கண்டீர்களா?" **(மென்பறைத் தொழுதி)**

பைம் கால் கொக்கின் மென் பறைத் தொழுதி
இரும் களி பரந்த ஈர வெண் மணல்
செவ் வரி நாரையோடு எவ் வாயும் கவர

மீண்டும் ஒரு வண்ணக்கலவை - வெள்ளைக் கொக்கின் பசிய கால்கள் - அவை கரிய கழியில் படர்ந்த ஈர வெண்மணலில் - கூடவே சிவந்த வரிகளைக் கொண்ட நாரைகள். கொக்கு நாரைகளின் மென்பறை.

இது வண்ணச் சிற்பம் அல்ல - வண்ண விழியம்! கொக்குகளும் நாரைகளும் அங்கே மீன்பிடித்துத் திரிந்தன

பைங்கால் கொக்கு

செவ்வரி நாரை

என்று சொல்லிவிட்டுப் போயிருக்கலாம். அது கருப்பு-வெள்ளைக் கவிதை. நம் நக்கீரர் தருவதோ வண்ணக் கவிதை. அதையும் ஒரு சலனமாகப் படைத்திருக்கிறார். *A color motion picture* - இதைத்தான் வண்ண விழியம் என்றேன்.

அதென்ன மென்பறை? பறை என்பதற்குப் பறத்தல் என்ற பொருள் உண்டு. நன்கு பூத்த ஒரு செடியிலோ, மரத்திலோ ஒரு வண்டுக்கூட்டம் வந்து மொய்க்கிறது. ஒரு பூவில் தேனை உறிஞ்சிவிட்டு உடனே அது பறந்து சென்றுவிடாது. அடுத்த பூவுக்குத் தாவும். எப்படி? கால்களாலா? இல்லை - சிறகுகளால் - சிறகுகளை மெல்ல அடித்து அடுத்த பூ - மீண்டும் மெல்லப் பறந்து அடுத்த பூ. இதுதான் மென்பறை. கொக்குகள் இவ்வாறாக மீனை மேய்கின்றன. கூடவே நாரைகளும் சேர்ந்துகொள்கின்றன. அவை செவ்வரி நாரைகள் - சிவந்த வரிகளைக் கொண்டவை.

இவை எவ்வாயும் சென்று மேய்கின்றன - எல்லா இடங்களிலும்.

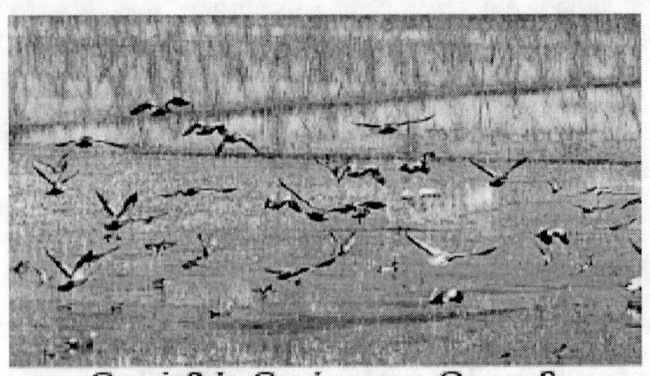

.. .. கொக்கின் மென் பறை தொழுதி

திடீர் மழையினால் வந்த திடீர் வெள்ளம் வடிந்துவிட நீர் அறலாய் ஓடுகிறது. நீரின் வேகம் குறைந்ததும் நீரில் அடித்துக் கொண்டு வரப்பட்ட மீன்களுக்கு ஒரே கொண்டாட்டம். நீரை எதிர்த்து நீந்தித் துள்ளி விளையாடுகின்றன **(கயல் அறல் எதிர)**.

பெருவெள்ளம் வடிந்துவிட்டது **(கடும் புனல் சா அய்)**.

கரிய மேகங்கள் தம்மிடம் இருந்த நீரையெல்லாம் கொட்டித் தீர்த்தபின் வெண்மையாய் மாறி விடுகின்றன. மேல்காற்று அடிக்க அவை அடிவானத்திலிருந்து குபுகுபு வென்று சோறு

பொங்கும்போது புசுபுசு -வென்று எழும் வெண் நுரைக் கூட்டம் போல் பொங்கிக்கொண்டு மேலெழுகின்றன. **(பெயல் உலந்து எழுந்த பொங்கல் வெண்மழை)** (உல = தீர்ந்துபோ, *be spent*, மழை = மேகம்)

கயல் அறல் எதிர

பொங்கல் வெண்மழை(மேகம்)

மேலெழுந்த மேகங்கள் இந்த அகன்ற பெரிய வானத்தில் எங்கெனும் பரவித் தம்மீது இன்னும் சிறிது ஒட்டிக்கொண்டிருக்கும் நீர்த்துளிகளைப் பூச்சிதறலாய்த் தூவிவிட்டுச் செல்கின்றன. **(அகல் இரு விசும்பில் துவலை கற்ப)**. அதென்ன கற்ப ? நீரைக் கொட்டிவிடலாம். எளிது. ஆனால் ஒரே சீராகத் தெளிக்கச் சொன்னால் திண்டாடிப்போவீர்கள். காலையில் வாசல் தெளிக்கும் கலை எல்லாருக்கும் கைவந்த கலை அல்ல. அதைக் கற்றுத் தேற வேண்டும். புதுப்பெயல் அல்லவா! எனவே மேகமும் புதியது. புதிய மேகம் எளிதில் கொட்டிவிட்டது. மீதமுள்ள நீரைச் சீராகத் தெளித்துவிடக் கற்றுக்கொண்டிருக்கிறதாம்!

ஓர் ஐயம்! கோவலர் குளிர்காய மாடுகள் மேயலை மறப்ப, மந்தி கூர, பறவை வீழ - இவ்வாறு அனைத்தும் குளிரினால் நடுங்கிக் கொண்டிருக்கும்போது முசுண்டையும் பீரமும் சிரித்துக் கொண்டிருக்கின்றன. கயல்கள் அறல் எதிர்ந்து மகிழ்கின்றன. மாடுகளே மேயாதபோது பறவைகள் படிவனவாய் விழுகின்றபோது கொக்கும் நாரையும் மேய்வது எப்படி? படிவனவாய் வீழும் பறவைகள் உள்நாட்டின. இந்த மென்பறைக் கொக்குகளும் நாரைகளும் மேல்நாட்டின. அங்கிருக்கும் குளிருக்குப் பயந்து புலம்பெயர்ந்து வந்திருப்பன. அவற்றுக்கு நம் குளிர் மிதவெப்பம்!! வாடையின் தாக்கமும் தாக்கமின்மையும் கூறி அதனை **நெடு நல் வாடை** ஆக்குகிறார் புலவர். கோவலருக்கு நெடிய (கொடிய) - கொக்குகளுக்கு நல்ல - வாடை.

ப.பாண்டியராஜா

இப்பகுதியில் நாம் கண்ட காட்சிகளும் அவற்றுக்கான காலங்களும்:

பூக்கள் மலர, பறவைகள் மீன் மேய, மழை ஓய - காலை 9 - பிற்பகல் 3 மணி

3

வரு கதிர் வணங்க.. சேறுகொள முற்ற.. குரூஉத்துளி தூங்க

அம் கண் அகல் வயல் ஆர் பெயல் கலித்த
வண் தோட்டு நெல்லின் வரு கதிர் வணங்க
முழுமுதல் கமுகின் மணி உறழ் எருத்தின்
கொழு மடல் அவிழ்ந்த குழூஉக் கொள் பெரும் குலை
நுண் நீர் தெவிள வீங்கிப் புடை திரண்டு
தெண் நீர்ப் பசும் காய் சேறு கொள முற்ற
நளி கொள் சிமைய விரவு மலர் வியன் கா
குளிர் கொள் சினைய குரூஉத் துளி தூங்க

இங்கு மூன்று காட்சிகள் அடுத்தடுத்து வருகின்றன. முதலில் வயல்கள். அடுத்து கமுக மரங்கள். அவற்றை அடுத்து ஓர் அடர்ந்த சோலைக்காட்சி. இந்த சோலையினூடே நுழைந்து செல்லப்போகிறோம்.

அம் கண் அகல் வயல் ஆர் பெயல் கலித்த
வண் தோட்டு நெல்லின் வரு கதிர் வணங்க

அழகிய வெளியையுடைய அகன்ற வயலில் நிறைந்த நீரால் செழித்து வளர்ந்த

வளப்பமான தாள்களையுடைய நெல்லிலிருந்து மேலெழுந்த கதிர் (முற்றி)வளைய;

அம் கண் அகல் வயல்

வண் தோட்டு நெல்லின் வரு கதிர வணங்க

கண் என்பது இடம். அம் கண் என்றால் அழகிய இடம். பச்சைப்பசேலெனக் காட்சிதரும் அகன்ற வயல்வெளி. ஒவ்வொரு வயலும் சும்மா அவ்ளோஓஓஓ பெரிசு (**அகல் வயல்**). கோடை மழைக்கு நட்ட நெற்பயிர்கள் செழித்து வளர்ந்திருக்கின்றன (**ஆர் பெயல் கலித்த**). நெற்பயிரின் தோகை ஒவ்வொன்றும் எவ்வளவு அகலம் பார்த்தீர்களா? (**வண் தோட்டு நெல்லின்**) இப்போதுதான் கதிர்விட்டிருக்கின்றன (**வரு கதிர்**). ஆனால் வருகின்ற பருவத்திலேயே கொழுத்து வந்திருப்பதால் தம் பாரத்தையே தாங்க முடியாமல் தலை வணங்கி நிற்கின்றன (**வணங்க**).

இந்த அகன்ற நீண்ட வயல்வெளியைக் கடந்து அதோ தெரிகிறதே அந்த கமுகுத் தோப்புக்குப் போகிறோம்.

முழு முதல் கமுகின் மணி உறழ் எருத்தின்
கொழு மடல் அவிழ்ந்த குழூஉக் கொள் பெரும் குலை
நுண் நீர் தெவிள வீங்கிப் புடை திரண்டு
தெண் நீர்ப் பசும் காய் சேறு கொள முற்ற
பெரிய அடிப்பகுதியையுடைய பாக்கு மரத்தின் (நீல)மணியைப் போன்ற கழுத்தின்
கொழுத்த மடல்களில் (பாளை)விரிந்த திரட்சியைக் கொண்ட கொத்துக்களில்
நுண்ணிய நீர் திரளும்படியாக வீங்கிப் பக்கம் திரண்டு
தெளிந்த நீர் (கொண்ட) பசிய காய் இனிமை கொள்ளும்படி முற்ற;

கமுகுத் தோப்பை நோக்கி வரும்போது தொலைவிலிருந்தே மரங்களின் பருத்த அடிப்பகுதியைக் (**முழுமுதல் கமுகின்**) காட்டுகிறார் நக்கீரர். (அவர் கையிலிருக்கும் காமிரா அருகிழுத்துக் (*zoom*) காட்டுவதைப் பாருங்கள்). அருகில் வந்தவுடன் மரத்தில் கழுத்துப் பகுதியைக் காட்டுகிறார். பச்சைப் பசேலெனப் பச்சை மணி போல அத்துணைப் பளபளப்புடன் திகழ்கிறது அந்த **மணி உறழ் எருத்து**. இன்னும் அருகில் சென்று மரத்தின் கழுத்தை அருகிழுத்துக் காட்டுகிறார். ஒரு மரத்தில் அப்போதுதான் அவிழ்ந்திருக்கிறது அதன் கொழுத்த மடல் (**கொழு மடல் அவிழ்ந்த**). "இதுதான் கமுகுப் பூ. இது பின்னர் இப்படிக் கொத்துக் கொத்தாகக் காய்விடும் (**குழூஉக்கொள் பெருங்குலை**)" என்கிறார் அவர். பின்னர் இந்தக் காய்களுக்குள்

சிறிது சிறிதாக நீர் ஊறும். அவ்வாறு ஊற ஊற அந்தக்காய் கொஞ்சம் கொஞ்சமாகத் திரண்டு இதுபோல் ஆகும்" என்று அடுத்த மரத்தின் புடை திரண்ட குலைகுலையாய்த் தொங்கும் காய்த்திரளைக் காட்டுகிறார் (**நுண்ணீர் தெவிள வீங்கிப் புடை திரண்டு**). அடுத்து முதலில் பச்சையாக இருந்த காய்கள் பழுத்துச் சிவந்து உள்ளிருக்கும் நீர் இறுகிச் சேறாகி முற்றிப் பாக்கு ஆகும்" (**தெண்ணீர்ப் பசுங்காய் சேறுகொள முற்ற**) என்று முடிக்கிறார் புலவர்.

மதுரைக்கு அருகில் கமுகு மரமா? - என்ற ஐயம் சிலருக்கு வரலாம். காட்டுவது கமுகு என்றால் கூறுவது மதுரையே அல்ல என்ற முடிவுக்கும் வரலாம். அவசரப்படவேண்டாம். இன்றைக்கு மதுரைக்கு அருகில் கமுகு மரங்கள் இல்லைதான். ஆனால் முன்னொரு காலத்தில் இருந்திருக்கின்றன.

சிலப்பதிகாரம் - மதுரைக்காண்டம் - புறஞ்சேரியிறுத்த காதையில் கவுந்தி அடிகள், கோவலன், கண்ணகி ஆகியோர் மதுரை நகரை நெருங்கி வையையாற்றை மரப்புணையாற் கடந்து, தென்கரையை யெய்தி மதுரையின் மதிற்புறத்ததாகிய புறஞ்சேரியிற் புக்கனர். அப்போது இளங்கோ அடிகள் கூறுகிறார்:

புள் அணி கழனியும், பொழிலும் பொருந்தி
வெள்ளநீர்ப் பண்ணையும் விரிநீர் ஏரியும்
காய்க்குலைத் தெங்கும் வாழையும் கமுகும்
வேய்த்திரள் பந்தரும் விளங்கிய இருக்கை
...
...
புறஞ்சிறை மூதூர் புக்கனர் புரிந்தென் - (புறஞ்சேரி. 191 -196)

நக்கீரருடனான நம் பயணத்தில் நாம் பார்த்த காட்சிகளைப் போல் இருக்கிறதா இது? மதுரையின் மதிற் புறத்தே கமுகுகளும் இருந்திருக்கின்றன - குறைந்த பட்சம் சிலப்பதிகாரக் காலம் வரை. இதோ நக்கீரர் நமக்குக் காட்டிய காட்சிகளின் தொகுப்பு:

இப்போது நாம் இருக்குமிடம் தற்போது கோச்சடை என்று அழைக்கப்படும் பகுதி. இன்றைக்கும் அங்கு அடர்ந்த தென்னந்தோப்புகளைக் காணலாம். நமக்கும் மதுரைக்கும் இடையில் பெரிய பொழில்கள் இருக்கின்றன. இது இயற்கையாய் வளர்ந்திருக்கும் அடர்ந்த காடு - நகரின் காவற்காடு. மதுரை

முழுமுதல்

கமுகின்

மணி உறழ் எருத்தின்

கொழு மடல் அவிழ்ந்த

குழூஉக்கொள் பெருங்குலை

நுண் நீர் தெவிள விங்கிப் புடை திரண்டு

தெண்ணீர்ப் பசுங்காய் சேறுகொள முற்ற

இருக்குமிடம் அதன் சுற்று வட்டாரத்தைவிடச் சிறிது தாழ்ந்த பகுதி. மதுரைக்கு வடமேற்கிலும் வடகிழக்கிலும் பல நெடுங்குன்றங்களும் நீள்மலைத் தொடர்களும் உள்ளன. இவற்றில் வடமேற்குப் பகுதியிலிருக்கும் நாகமலைத் தொடரிலிருந்துதான் நம் பயணத்தைத் தொடங்கியிருக்கிறோம். இம்மலைத்தொடரின் அடிவாரத்தின் வழியே பள்ளம் நோக்கி வையை விரைந்து வருகிறது. இந்தப் பள்ளமான பகுதியில் வையைக்குத் தெற்கில் மதுரை அமைந்திருக்கிறது. எனவே நாம் கமுகுத் தோப்புகளைவிட்டு வெளியில் வரும்போது நம் முன் தோன்றுவது தாழ்வான பெரிய காட்டின் உச்சிப்பகுதி. அடர்ந்த மரங்களைக் கொண்ட உச்சிப்பகுதியில் அழகிய பல்வித மலர்கள் பூத்து நிற்கும் அழகிய காட்சியைக் கண்டு பிரமித்துப்போய் நிற்கிறோம்.

நளிகொள் சிமைய விரவுமலர் வியன்கா

(செறிவான மேற்பகுதியையுடைய (பலவிதமாய்) கலந்த பூக்களுள்ள அகன்ற பொழில்களின்)

என்கிறார் புலவர். நளி என்பது செறிவு. சிமை என்பது உச்சி. விரவுதல் பலவிதமாகக் கலத்தல். கா என்பது சோலை. இப்போது நாம் இந்தச் சோலைக்குள் நுழைகிறோம். மழைபெய்து ஓய்ந்திருக்கிறது. நேரமும் மாலை ஆகிவிட்டது. பெய்த பெருமழையில் மரங்களின் கிளைகள் எல்லாம் முழுக்க நனைந்து ஊறிப்போயிருக்கின்றன. தொப்பல் தொப்பலாக நனைந்துவிட்ட கிளைகளுக்குக் குளிரெடுக்கிறதாம்! அவற்றினின்றும் சொட்டுச்சொட்டாய்க் கீழே விழுந்த மழைத்துளிகளில் இன்னும் சில விழாமல் தொங்கிக்கொண்டிருக்கின்றன. உச்சி வழியாக உள்ளே வரமுடியாத நண்பகல் கதிர்கள், மாலை ஞாயிற்றின் மஞ்சள் கதிர்களாய்ப் பக்கவாட்டில் பரந்து வருகின்றன. கிளைகளில் தொங்கிக்கொண்டிருக்கும் மழைத்துளிகளில் அச்செங்கதிர்கள் பட்டு நிறமற்ற அத்துளிகளுக்கு நிறமூட்டி மகிழ்கின்றன. (வாடையின் தாக்கம் இவற்றுக்கு இல்லை)

குளிர்கொள் சினைய குரூஉத்துளி தூங்க

(குளிர்ச்சியைக் கொண்ட கிளைகளில் நிறத்தையுடைய மழைத்துளி தொங்கி நிற்க)

என்கிறார் புலவர். குரூஉ என்பது நிறம். அந்தக்காலத்தில் பெட்டிக்கடைகளில் "ஒரு கலர் குடுப்பா" என்பார்கள். ஏதாவது ஒரு நிறத்தில் குடிக்க ஒரு *bottle* சுவைநீர் தருவார்கள். இன்றைக்கு ஓர் இளைஞன் "கொஞ்சம் பொறுப்பா, கலர் பாத்துட்டு வர்ரேன்" என்றால் "என்ன கலர்?" என்றா கேட்போம். அதுபோலத்தான் குரூஉத்துளியும். தமிழர்கள் மாறவில்லை. தமிழ்ச்சொல் மாறியிருக்கிறது.

இருட்டப்போகிறது. விளக்கு வைக்கும் நேரத்தில் நாம் மதுரைக்குள் நுழையவேண்டும். நடப்போம்.

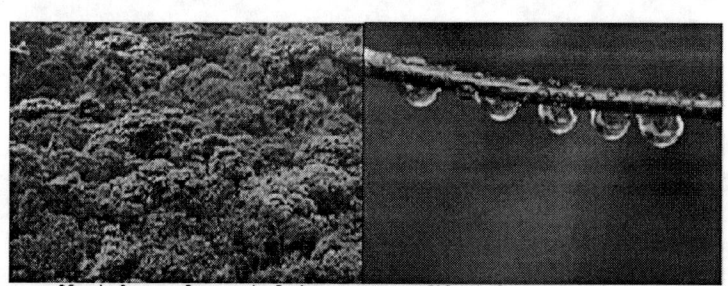

நளிகொள் சிமைய விரவு மலர் வியக் கா

குளிர்கொள் சினைய குரூஉத் துளி தூங்க

இப்பகுதியில் நாம் கண்ட காட்சிகளும் அவற்றுக்கான காலங்களும்:

நெல்லின் வருகதிர் வணங்க, கமுகின் தெண்ணீர்ப்

பசுங்காய் சேறுகொள முற்ற, விரவுமலர் வியன்கா,

சினைய குரூஉத்துளி தூங்க - பிற்பகல் 3 - மாலை 5 மணி

←▲→

4
மாடம் ஓங்கிய மல்லல் மூதூர்

மாடம் ஓங்கிய மல்லல் மூதூர்
ஆறு கிடந்து அன்ன அகல் நெடும் தெருவில்
படலைக் கண்ணி பரேர் எறுழ்த் திணி தோள்
முடலை யாக்கை முழு வலி மாக்கள்
வண்டு மூசு தேறல் மாந்தி மகிழ் சிறந்து
துவலைத் தண் துளி பேணார் பகல் இறந்து
இரு கோட்டு அறுவையர் வேண்டு வயின் திரிதர -

மாடங்கள் உயர்ந்து நிற்கும் வளப்பமுள்ள முதிய ஊரில்,
ஆறு கிடந்தால் போன்ற அகன்ற நெடிய தெருவில்,
பச்சிலைத் தலை மாலையையும் பருத்த அழகும்
வலியும் உடைய இறுகின தோளினையும்,
முறுக்குண்ட உடம்பினையும் மிகுந்த உடற்பலமும்
உடைய மக்கள்
வண்டுகள் மொய்க்கும் கள்ளினை மிகுதியாக உண்டு,
களிப்பு மிக்கு,
தூரலாக விழும் குளிர்ந்த துளியைப் பொருட்படுத்தாமல்,
பகற்பொழுதைக் கடந்து,
முன்னும் பின்னும் தொங்கவிட்ட துகிலினையுடையராய்
(தாம்) விரும்பியவாறு திரிந்துவர -
மாடம் ஓங்கிய மல்லல் மூதூர்

அப்படியே மலைத்துப்போய் நிற்கிறோம். சுற்றுவட்டாரச் சிற்றூர்ப் பகுதிகளில் பிறந்து அங்கேயே வளர்ந்து குடிசைகளையும் கூடங்களையும் சாவடிகளையும் சத்திரங்களையுமே பார்த்துப் பழகிய நமக்குக் கண்ணெதிரே தெரிவது விண்ணோக்கி ஓங்கி உயர்ந்து நிற்கும் மாடங்கள் - ஒன்றா இரண்டா? ஒரு

ப.பாண்டியராஜா

"The Celebrated Hindoo Temples and Palace at Madura," from vol. 3 of The Indian Empire by Robert Montgomery Martin, c.1860. Source: http://www.archive.org/details/indianempirehist03martuoft

மாடத்தைக் கட்டுவதற்கே எவ்வளவு செலவு ஆகியிருக்கும்? இத்தனை மாடங்கள் ஊர் முழுக்க இருந்தால் அவற்றைக் கட்டி வாழ்பவர்களிடம் எத்துணைச் செல்வம் இருக்கும்? அத்துணை வளப்பமும் ஒரே நாளிலா வந்திருக்கும்? எத்தனை ஆண்டுகள் ஆகியிருக்கும் இந்த ஊர் இப்படி ஆவதற்கு? நான்கு சொற்களில் அந்த நகரத்தின் வரலாற்றையே கூறிவிடுகிறார் புலவர்.

இருட்டப்போவதால் எட்டி நடைபோடுகிறோம். ஆற்றங்கரையிலிருந்து வயல் வரப்புகளின் வழியாய் நடந்து தோப்புகளைக் கடந்து சோலைகளில் புகுந்து இறுதியாக நகருக்குள் நம்மை இட்டுச்செல்லும் பெருவழியைக் கண்டால்!!!

ஆறு கிடந்தன்ன அகல் நெடுந் தெருவில்

அடேயப்பா! என்னாஆஆஆ அகலம்!! என்னா நீஈஈளம்!!! குறுகிய சந்துகளையும் கோணல் மாணலான

ஆறு கிடந்தன்ன அகல் நெடுந் தெரு

தெருக்களையுமே கண்டு பழகிய நம் கண்களுக்கு எத்துணை பெரிய ஆச்சரியம்!!! "இதென்ன தெருவா, ஆறா?" என்று வியந்து கூவுகிறோம்.

ஆறு கிடந்தன்ன அகல் நெடுந்தெருவில் என்று அதனை இலக்கிய வரிகள் ஆக்கிவிட்டார் புலவர். இரண்டு தெருக்கள் பாண்டியர் கோட்டையின் வடகிழக்கு / மேற்கு வாசல்களிலிருந்து புறப்பட்டு மேற்கு நோக்கிச் செல்கின்றன. இவை இன்றைக்கு அரசரடி என்று கூறப்படும் இடத்தில் சந்திக்கின்றன. பின்னர் ஆற்றங்கரை வழியே மேற்கே வைகை ஆறு தொடங்கும் வருசநாட்டுப் பகுதிக்கும் அதன் துணை ஆறாகிய முல்லை ஆறு தொடங்கும் கம்பம் பள்ளத்தாக்குக்கும் செல்கின்றன. வளமிக்க இப்பகுதியில் விளையும் பொருள்களை மதுரைக்குக் கொணர ஒரு நெடும்பாதை நீண்ட காலத்துக்கு முன்னரே

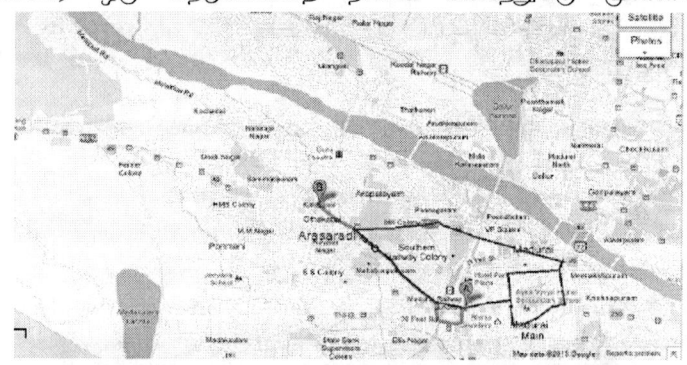

மதுரைக்குப் புகைவண்டிப் பாதை வருவதற்கு முன்னர் - நாயக்கர் கால நிலை

இருந்திருக்கிறது. இந்தப் பாதைகள் ஆங்கிலேயர் மதுரைக்கு வரும் முன்னரே இருந்திருக்கின்றன என்பதற்குச் சான்றுகள் உள. இந்த அரசரடிச் சந்திப்பில் நாம் இப்போது நின்றுகொண்டு மதுரையை நோக்குகின்றோம்.

படலைக் கண்ணிப் பரேர் எறுழ்த் திணி தோள் முடலை யாக்கை முழு வலி மாக்கள்

இந்த ஆறு போன்ற அகன்ற நெடிய பாதையில் நாம் நடந்து செல்லும்போது அங்கே சில விந்தை மனிதர்களைச் சந்திக்கிறோம். இவர்கள் பச்சிலை போன்ற இலை, தழைகளைக் கொண்ட ஒரு மாலையைத் தலையில் அணிந்திருக்கிறார்கள். (**படலைக் கண்ணி**). பருத்த, அழகிய, வலிமையான, கிண் - ணென்ற தோள்களை உடையவர்கள் (**பரேர் எறுழ் திணி தோள்**). முறுக்கேறிய உடலை உடையவர்கள் (**முடலை யாக்கை**). உடம்பு முழுக்க வலிமை குடிகொண்டிருப்பது போன்ற மாந்தர் (**முழு வலி மாக்கள்**).

இவர்கள் இன்னார் என்ற குறிப்புகள் நூலில் இல்லை. ஆனால் இதே அடிகள் பெரும்பாணாற்றுப்படையிலும் காணப்படுகின்றன. அங்குக் குறிப்பிடப்படும் மாந்தர் நீண்ட தனிவழியே உப்பை எடுத்துச் செல்லும் உமணரின் உப்பு வண்டிகளுக்குக் காவலாக, வண்டித் தொடரின் இரு பக்கங்களிலும் காவல் காத்துச் செல்பவராகக் குறிப்பிடப்படுகிறார்கள் (பெரும். 60 - 63). முல்லைப்பாட்டில் போர்மேற் சென்றிருக்கும் மன்னனின் பாசறையில் உள்ள மன்னனின் அறையைக் காட்டி அதனைக் காக்கும் வீரர்களாக யவனர் இருந்திருக்கின்றனர் என்று குறிப்பிடப்பட்டுள்ளது. இந்த யவனர்கள் **வெருவரும் தோற்றத்து வலி புணர் யாக்கை வன்கண் யவனர்** என்று குறிப்பிடப்படுகின்றனர் (முல். 59 - 62). இந்த மூன்று குறிப்புகளையும் ஒப்புநோக்கிப் பார்த்தால் நெடுநல்வாடையில் குறிப்பிடப்படும் முழுவலி மாக்கள் யவனர்களாக இருக்கலாம் என்று யூகிக்க இடமுண்டு. அடுத்து மதுரையில் இன்று புகைவண்டி நிலையம் இருக்குமிடத்திற்கு வடக்கே, ஹார்வி ஆலை (Harvey Mills) என்ற ஒரு பஞ்சாலை உண்டு. அது பின்னர் மதுரா ஆலை (Madura Mills) என்ற பெயர் மாற்றம் பெற்று இன்றைக்கு மதுரா கோட்ஸ் (Madura coats) என்று அழைக்கப்படுகிறது. இந்த ஆலை கட்டுவதற்காக அடித்தளம் அமைக்கத் தோண்டியபோது அங்கு ரோம நாணயங்கள்

கண்டெடுக்கப்பட்டன. எனவே அந்த இடம் அந்நாளில் ரோமர் குடியிருப்பாக இருந்திருக்கலாம். அது அரசரடியிலிருந்து செல்லும் இரு சாலைகளுக்கும் நடுவே நகர் எல்லைக்கு அருகில் இருக்கிறது. எனவே நக்கீரர் நடைப் பயணப் பாதையில் நாம் காண்பது இந்த யவனர்களே எனத் துணியலாம். அவர்கள் என்ன செய்துகொண்டிருந்தார்கள்?

வண்டு மூசு தேறல் மாந்தி மகிழ் சிறந்து
துவலைத் தண் துளி பேணார் பகல் இறந்து
இரு கோட்டு அறுவையர் வேண்டு வயின் திரிதர

இந்த யவனர்கள் தங்கள் விருப்பப்படி அங்குமிங்கும் அலைந்து திரிந்து கொண்டிருக்கிறார்கள் (**வேண்டு வயின் திரிதர**). எனவே அவர்கள் தங்கள் வசம் இல்லை - மதுவுண்ட களிப்பில் மனம் போனபடி திரிந்து கொண்டிருக்கிறார்கள் (**வண்டு மூசு தேறல் மாந்தி மகிழ் சிறந்து**) எனத் தெரிகிறது. அவர்கள் கையில் வைத்திருக்கும் மதுக் குவளைகளில் தேனீக்கள் மொய்த்துக் கொண்டிருக்கின்றன. அவர்கள் தாங்கள் கொணர்ந்த பழரச மதுபான வகைகளில் ஒன்றாக அது இருந்திருக்கலாம்.

யவனர் தந்த வினை மாண் நன் கலம் - (அகம். 149/9)
யவனர் நன் கலம் தந்த தண் கமழ் தேறல் - (புறம். 56/18)

என்ற அடிகள் இதற்குச் சான்று. இந்தப் புறப்பாடல் இதே நக்கீரர் பாண்டியன் இலவந்திகைப் பள்ளித் துஞ்சிய நன்மாறனைப் பாடிய பாடல் ஆகும். எனவே நெடுநல்வாடை கூறும் முழுவலி மாக்கள் யவனரே என்பதற்கு இது இன்னுமொரு சான்று. அதுமட்டுமல்ல இன்னும் வேறு சான்றுகளையும் பார்ப்போம்.

இந்த யவனர்கள் தங்கள் தலைகளில் படலைக் கண்ணி சூடியிருக்கிறார்கள். படலை என்பது பச்சிலை போன்ற இலை தழைகளினால் ஆகிய மாலை. கண்ணி என்பது ஆண்கள் தலையில் அணியும் மாலை. நம் பாடலின் தொடக்கத்தில் மாடு மேய்க்கும் கோவலர்கள் கோடல் என்ற செங்காந்தளின் நீண்ட இதழ்களைக் கொண்ட மாலையைத் தலையில் அணிந்திருந்தார்கள் எனப் பார்த்தோம். சங்க இலக்கியங்கள் எத்தனையோ விதமான கண்ணிகளைப் பற்றிக் கூறுகின்றன. ஆனால் படலைக்கண்ணி பெரும்பாணாற்றுப்படையிலும் நெடுநல்வாடையிலும் மட்டுமே குறிப்பிடப்பட்டுள்ளது. அதில் மாட்டு இடையர்கள் பூக்கள் கலந்த படலைக் கண்ணி அணிந்திருந்தனர் என்று பெரும்பாணாற்றுப்படை கூறுகிறது.

பல்பூ மிடைந்த படலைக் கண்ணி - (பெரும்பாண். 174)

பூக்கள் குறிப்பிடப்படாத படலைக் கண்ணியை நாம் ஏற்கனவே கண்ட உமணர் வண்டிகளின் காவலாளிகளும் நெடுநல்வாடை முழுவலி மாக்களும்தான் அணிந்திருந்ததாக அறிகிறோம். அக்காலத்து உரோம நாட்டினர் பூக்கள், இலைகளால் ஆன பலவிதமான தலைமாலைகளை (*Head wreath*) அணிந்திருந்ததாக அறிகிறோம். உரோமப் பேரரசர்கள் ஒலிவ இலைகளால் ஆன தலைமாலையை அணிந்திருந்தனர். இயேசுவைப் பிடித்த உரோம வீரர்கள் அவர் தன்னை யூதர்களின் அரசர் என்று சொல்லிக்கொண்டதால் அவரை ஏளனம் செய்ய அவருக்கு முள்ளால் ஆன முடியைத் தலையில் அணிவித்ததாக விவிலியம் கூறுகிறது. அரசர்கள் மட்டுமன்றிப் பொதுமக்களும் பல்வேறு காரணங்களுக்காகத் தலைமாலை அணிந்துகொண்டனர். இந்தத் தலைமாலை *corona* எனப்பட்டது. இதில் பலவகை உண்டு.

The Roman Crowns and Wreaths worn by Emperors were called Corona Radiata. Corona Convivialis were Roman crowns and wreaths worn in private parties celebrating Roman Festivals and made of various flowers or shrubs, such as roses, violets, myrtle, ivy and even parsley. http://www.roman-colosseum.info/roman-clothing/roman-crowns-and-wreaths.htm

இங்கு *Parsley* என்பது *aromatic leaves* - அதாவது மணமிக்க இலைகள் - நமது பச்சிலை போல. நாம் அவர்களைக் கடந்து செல்லும் நாள் அவர்களுக்கு ஏதோ ஒரு விழாநாள் போலும். எனவே அதைக் கொண்டாடும் வகையில் அளவுக்கு மீறிக் குடித்துவிட்டுத் தலைமாலையுடன் தள்ளாட்டம் போடுகின்றனர்.

இவர்களுக்குச் சாரல் மழை ஒரு பொருட்டல்ல (**துவலைத் தண்துளி பேணார்**). குளிர்நாட்டைச் சேர்ந்தவர்களுக்கு நம்மூர் மழையும் குளிரும் ஒரு பொருட்டா? களிப்பு மிகுதியால் (**மகிழ்சிறந்து**) தன்னிலை மறக்கிறார்கள். **இருகோட்டு அறுவையர் வேண்டுவயின் திரிதர** என்கிறார் புலவர். இதற்கு முன்னும் பின்னும் தொங்கலாக நால விட்ட துகிலினை உடையராய் என்று நச்சினார்க்கினியர் உரை கூறுகிறார். ஏனையோரும் இவரை ஒட்டியே பொருள் கூறுகின்றனர். இதற்கு என்ன பொருள்?

பொதுவாக முன்னும் பின்னும் தொங்கவிடுவது துண்டு. அது அறுவை எனப்படாது. அறுவை என்பது நீளமானது. வேட்டி எனலாம். எனவே இடுப்பில் கட்டியிருக்கும் வேட்டியைக் கழற்றித் தோளில் போட்டுக்கொண்டனர் எனலாம். இருப்பினும் இருகோட்டு அறுவை என்பதில் ஒரு சிறப்புப்பொருள் இருப்பதாகத் தோன்றுகிறது.

உரோமர்களின் அன்றைய உடுப்பு வகைகளைப் பார்க்கும்போது, சாதாரண நிலையில் அவர்கள் *Toga, Tunic* என்ற இருவகை மேலாடைகளை உடுத்தியிருக்கின்றனர் என அறிகிறோம். இதில் *Tunic* என்பது தொடைவரை அணியும் அங்கியாகும். இதனை நம் இலக்கியங்கள் மெய்ப்பை என்கின்றன. இதற்கு மேலே நீளமான ஒரு துணியை அவர்கள் உடம்பைச் சுற்றி அணிவர். அது *Toga* ஆகும். *Tunic* இல்லாமலேயே *Toga* அணிந்துகொள்ளலாம். டோகா பற்றி விக்கிப்பீடியா கூறுவது:

The toga, a distinctive garment of Ancient Rome, was a cloth of perhaps 20 ft (6 m) in length which was wrapped around the body and was generally worn over a tunic

After the 2nd century BC, the toga was a garment worn exclusively by men, and only Roman citizens were allowed to wear the toga.

it was considered the only decent attire out-of-doors.

As early as the 2nd century BC, and probably even before, the toga (along with the calceus) was looked upon as the characteristic badge of Roman citizenship.

Because the toga was not worn by soldiers, it was regarded as a sign of peace.

A toga is made by holding a piece of cloth under the right arm, half behind, half in front. The back part is folded over the left shoulder, and the front part is then folded over the left shoulder too.

http://en.wikipedia.org/wiki/Toga

There were many kinds of togae, each used differently.

Toga virilis (toga alba or toga pura): A plain white toga worn on formal occasions by most Roman men of legal age, generally about 14 to 18 years, but it could be any stage in their teens. The first wearing of the toga virilis was part of the celebrations on reaching maturity.

*Toga*வை எப்படி அணிவது என்பதைப் படித்தீர்களா?. நீண்ட துணியின் (அறுவை) நடுப்பகுதியை வலது அக்குளில் இடுக்கிக்கொண்டு பின்பாதியை முதுகுப்பக்கம் இழுத்து இடதுபக்கத் தோளின் மேல் முன் பக்கமாய்த் தொங்கப் போடவேண்டும். முன்பாதியை மார்புக்குக் குறுக்காகக் கொண்டுவந்து அதனையும் இடது பக்கத் தோளில் பின் பக்கமாய்த் தொங்கப் போடவேண்டும். இதுவே இருகோட்டு அறுவை!! எனவே இத்தகைய அகக்குறிப்புகளாலும் புறக்குறிப்புகளாலும் நெடுநல்வாடை குறிப்பிடும் முழுவலி மாக்கள் யவனர் என்றே துணியலாம்.

படலைக் கண்ணி

பரேர் எறுழ் திணிதோள் முடலை யாக்கை

முழுவலி மாக்கள்

வண்டு மூசு தேறல் மாந்தி

நக்கீரர் நடைப்பயணம் (நெடுநல்வாடை)

இருகோட்டு அறுவையர்

வேண்டுவயின் திரிதர

துவலைத் தண்துளி பேணாராய் வேண்டுவயின் திரிதரும் இந்த யவனர்கள் மேனாட்டினர். நம் ஊர் வாடையையும் தூறலையும் மகிழ்வுடன் எதிர்கொள்கிறார்கள். வாடையின் தாக்கம் இவர்களிடத்து இல்லை. இவர்களுக்கு இது நல்ல வாடை.

இப்பகுதியில் நாம் கண்ட காட்சிகளும் அவற்றுக்கான காலங்களும்:

முழுவலி மாக்கள் வேண்டுவயின் திரிதர - பிற்பகல் 5 மணி - மாலை 6 மணி

←▲→

5

ஏந்து எழில் மழைக்கண் மடவரல் மகளிர்

வெள்ளி வள்ளி வீங்கு இறை பணைத் தோள்
மெத்தென் சாயல் முத்து உறழ் முறுவல்
பூங் குழைக்கு அமர்ந்த ஏந்து எழில் மழைக் கண்
மடவரல் மகளிர் பிடகைப் பெய்த
செவ்வி அரும்பின் பைம் கால் பித்திகத்து
அ இதழ் அவிழ் பதம் கமழ பொழுது அறிந்து
இரும்பு செய் விளக்கின் ஈர்ந் திரிக் கொளீஇ
நெல்லும் மலரும் தூஉய்க் கைதொழுது
மல்லல் ஆவணம் மாலை அயர

வெண்சங்கு வளையல்களையும் புடைத்த இறையினையும் மூங்கில்(போன்ற) தோளினையும்

மென்மையான தோற்றத்தையும் முத்துக்களை ஒத்த பற்களையும்

பொலிவுள்ள காதணிகளுக்கு ஏற்ப வளைந்துயர்ந்த அழகும் குளிர்ச்சியும் உடைய கண்களையும்

பேதைமை (மிக்க) பெண்கள் -- (தம் கையிலுள்ள) பூத்தட்டுகளில் பறித்துப்போட்ட

(மலரும்) பக்குவத்திலுள்ள மொட்டுக்களின் பசிய காலினையுடைய

பிச்சியின் அழகிய இதழ்கள் கூம்புவிடும் நிலையில் மணக்கையினால் (அந்திப்) பொழுது அறிந்து, இரும்பினால் செய்த

(அகல்) விளக்குகளில் (நெய் தோய்ந்த) ஈரமான திரியைக் கொளுத்தி,

நெல்லையும் மலரையும் சிதறி, (இல்லுறைத் தெய்வத்தை) கைகூப்பி (வணங்கி),

வளப்பமுள்ள அங்காடித் தெரு (வெல்லாம்) மாலைக் காலத்தைக் கொண்டாட -

**வெள்ளி வள்ளி வீங்கு இறை பணை தோள்
மெத்தென் சாயல் முத்து உறழ் முறுவல்**

வள்ளி என்பது கைவளையல். அக்காலத்தில் சங்கினை அறுத்து வளையல்கள் செய்யப்பட்டன. சங்கின் தரத்தையும் வளையலின் வேலைப்பாடையும் பொறுத்து வளையலின் விலை நிர்ணயிக்கப்பட்டது. வெண்சங்கு விலையுயர்ந்தது. அதிலிருந்து செய்யப்படும் வளை வெள்ளி வள்ளி எனப்படுகிறது. எனவே இங்கு குறிப்பிடப்படும் மகளிர் செல்வர் வீட்டுப் பெண்கள். எனவே அவர்கள் நல்ல உணவு உண்பவர்களாதலால் நல்ல உடல்வாகு கொண்டவர்கள். வீங்கு இறை கொண்டவர்கள். இங்கு இறை எனப்படுவது தோளிலிருந்து கீழிறங்கும் பகுதி. அது சத்தின்றிப் படக்-கென்று இறங்காமல் வீங்கிப் புடைத்து இறங்குகின்றதாம். பணை என்பது தடித்த மூங்கில். ஆனால் வழுவழுப்பானது. பெண்களின் தோள்கள் பருமனாகவும் மென்மையாகவும் வழுவழுவென்றும் இருப்பது தானே அழகு. அதுவே பணைத்தோள். வீட்டு வேலைகளையும் கழனி வேலைகளையும் செய்யும் பெண்களின் மேனி மென்மை இழந்து முரட்டுத்தனத்துடன் இருக்கும். இவர்கள் செல்வர் வீட்டுப் பெண்கள் அல்லவா! மெத்தென் சாயலை உடையவர்கள். அவர்கள் ஒருவருக்கொருவர் பேசிக்கொண்டும் சிரித்துக்கொண்டும் வருகின்றனர். முறுவல் பூத்த முகத்தில் முத்துப் போன்ற பற்கள் பளிச்சிடுகின்றன.

பூங் குழைக்கு அமர்ந்த ஏந்து எழில் மழைக் கண்

அவர்களின் காதணிகள் பளபளக்கின்றன. அவற்றின் பளபளப்புக்கேற்ற வகையில் கண்கள் மின்னுகின்றன. வளைந்து உயர்ந்த, அழகிய, குளிர்ச்சி மிக்க பார்வையைக் கொண்ட கண்கள் அவர்களுடையவை.

**மடவரல் மகளிர் பிடகைப் பெய்த
செவ்வி அரும்பின் பைம் கால் பித்திகத்து
அவ் இதழ் அவிழ் பதம் கமழ** ---------------

இந்தப் பெண்கள் பேதைமை மிக்கவர்கள் - கள்ளங்கபடம் இல்லாதவர்கள். கைகளில் பூத்தட்டுகள் வைத்திருக்கிறார்கள். வீட்டை விட்டு வருமுன் வீட்டில் உள்ள பிச்சிக் கொடியிலிருந்து மலரக்கூடிய பக்குவத்தில் இருக்கும் அரும்புகளை அவற்றின் பசிய காம்புகளுடன் சேர்த்துக் கொய்து தட்டுகளில் இட்டுக் கொணர்ந்திருக்கிறார்கள். இப்போது மாலைநேரம் ஆகிவிட்டதால்

அந்த அரும்புகள் கூம்புவிடத் தொடங்குகின்றன. வரும்போது மணக்காத அந்த அரும்புகள் இப்போது கட்டவிழ்ந்து மணங்கமழத் தொடங்குகின்றன.

--------- --------- ------ பொழுது அறிந்து
இரும்பு செய் விளக்கின் ஈர் திரி கொளீஇ
நெல்லும் மலரும் தூஉய் கைதொழுது
மல்லல் ஆவணம் மாலை அயர

மலர்கள் மலரத்தொடங்கும் நேரமே மாலை இறைவணக்கத்திற்குரிய சரியான நேரம். அரும்புகள் மணம் கமழத்தொடங்கியவுடனே அதுவே சரியான பொழுது என அறிந்து தங்களுடன் கொண்டு வந்திருந்த இரும்பு விளக்குகளில் நெய்யூற்றிய திரிகளைக் கொளுத்துகிறார்கள். விளக்கு ஏற்றிய பின்னர் நெல்லையும் மலரையும் தூவுகிறார்கள். கைகூப்பி இறைவனைத் தொழுகிறார்கள். மல்லல் என்பது வளப்பத்தைக் குறிக்கும். ஆவணம் என்பது கடைத்தெரு. இது மதுரைக் கோட்டைக்கு வெளியில் உள்ள புறநகர்ப் பகுதி. இதைப் போலவே இன்னொரு காட்சியை முல்லைப்பாட்டில் காண்கிறோம்.

பெரும்பெயல் பொழிந்த சிறுபுன் மாலை
அருங்கடி மூதூர் மருங்கில் போகி
யாழிசை இனவண் டார்ப்ப நெல்லொடு
நாழி கொண்ட நறுவீ முல்லை
அரும்பவிழ் அலரி தூஉய்க் கைதொழுது - (முல்லைப். 6 - 10)

மருங்கு என்பது பக்கம், எல்லை. எனவே பொழுதுசாயும் நேரத்தில் பெண்கள் ஊர்ப்புறத்தே வந்து மறையும் இளஞாயிற்றை வணங்கியிருக்கின்றனர். இன்று இது சந்தி எனப்படுகிறது. காலை, நண்பகல், மாலை ஆகிய மூன்று வேளைகளிலும் இந்த வழிபாடு நடைபெறும். ஏதேனும் ஒரு நேரத்தில் மட்டும் வழிபடுவதை ஒருபொழுது அல்லது ஒருசந்தி என்பர்.

நாம் நகருக்கு இட்டுச்செல்லும் பெருவழியில் ஏறியவுடனே அங்குக் கண்ட முழுவலி மாக்களின் காட்சிக்கும், நகரின் நுழைவு வாயிலருகில் காணும் மடவரல் மகளிரின் காட்சிக்கும் எத்தனை மாறுபாடு (contrast) கவனித்தீர்களா?

மாக்கள்	மகளிர்
படலைக்கண்ணி (பச்சிலை தலைமாலை)	வெள்ளி வள்ளி (பளிச்சென்ற சங்கு வளையல்)
பரேர் எறுழ் திணிதோள்	வீங்கு இறை பணைத்தோள்
முடலை யாக்கை	மெத்தென் சாயல்
முழுவலி மாக்கள்	முத்துறழ் முறுவல் மடவரல் மகளிர்
தேறல் மாந்தி - கையில் மதுக்குவளை	செவ்வி அரும்பு பெய்த பிடகை-கையில் பூந்தட்டு
மகிழ்சிறந்து (கண்சிவந்த)	பூங்குழைக்கு அமர்ந்த ஏந்தெழில் மழைக்கண்
பகல் இறந்து (பொழுது போனது தெரியாமல்)	அவ்விதழ் அவிழ்பதம் கமழ, பொழுதறிந்து
வேண்டுவயின் திரிதர	கைதொழுது, மல்லல் ஆவணம் மாலை அயர

ஏந்திய கொம்பு

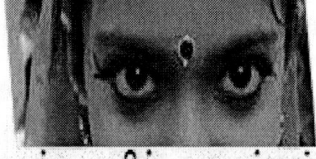

ஏந்து எழில் மழைக்கண்

அடிக்கு அடி என்ன அழகான முரண்சுவை பார்த்தீர்களா?

பெண்களின் கண்களை **ஏந்து எழில் மழைக்கண்** என்கிறார் புலவர். சிறிது உயரத்தில் இருந்து நாம் ஒரு பொருளைக் கீழே போடக் கீழே ஒருவர் நின்று தன் கைகளை நீட்டி அதைத் தாங்கிப் பிடிக்கிறார் என்று வைத்துக்கொள்வோம். நல்லா ஏந்திப் பிடிடா என்பர். தாங்கும் கைகள் விறைப்பாக இருக்கலாம். ஏந்தும் கைகள் சற்றுத் தொய்வாக வளைந்து இருக்கும். பாலும் பழமும் கைகளில் ஏந்தி என்ற ஓர் அருமையான பழைய திரைப்படப்பாடலைக் கேட்டிருக்கிறீர்களா? ஏந்து என்பதற்கு,

உயர்ந்த, சிறப்பான, நிறைந்த என்ற பொருள்கள் இருப்பினும் இங்கே புலவர் கண்களின் அழகிய புறத்தோற்றத்தையே குறிக்கிறார் எனலாம்.

இந்த மழைக்கண் மடவரல் மகளிருக்கும் வாடையும் குளிரும் ஒரு பொருட்டல்ல. முதல் காரணம் அவருடைய இளமை. அடுத்தது அவருடைய இறைப்பற்று. மாலை அயர்தலுக்கு அயர்ச்சியுறாதவர்களுக்கு மழை ஒரு பொருட்டல்ல.

இப்பகுதியில் நாம் கண்ட காட்சிகளும் அவற்றுக்கான காலங்களும்:

மடவரல் மகளிர், மல்லல் ஆவணம் மாலை அயர - மாலை 6 மணி

6
கடியுடை வியல்நகர்

மயக்கும் மாலைப் பொழுதில் மயங்கித் திரியும் இருகோட்டு அறுவையரையும் மழைக்கண் மடவரல் மகளிர் மல்லல் ஆவணத்தில் மாலை அயர்வதையும் பார்த்துக்கொண்டே நாம் மாடம் ஓங்கிய மதுரை மாநகருக்குள் நுழைகிறோம். துவலைத் தண்துளி விழுந்து கொண்டேதான் இருக்கிறது. நகருக்குள் நுழைந்த புலவர் அங்கே ஒரு பெரிய மாளிகையின் முன்னால் சட்டென்று நின்றுவிடுகிறார் - காரணம் - கூதிரின் இன்னொரு தாக்கம் - இம்முறை யாரிடத்தில்? - தெரிந்தெடுத்த மூன்று காட்சிகளை நமக்கு முதலில் காட்டுகிறார் புலவர்.

முன் வாயில்

முதல் காட்சி -

ஒரு பெரிய வீட்டின் முன்பகுதித் தாழ்வாரம் (porch). அங்கே நாம் காண்பது -

மனை உறை புறவின் செம் கால் சேவல்
இன்புறு பெடையொடு மன்று தேர்ந்து உண்ணாது
இரவும் பகலும் மயங்கிக் கையற்று
மதலைப் பள்ளி மாறுவன இருப்ப -

வீட்டில் வாழும் புறாவின் சிவந்த காலினையுடைய சேவல் (தான்) இன்பம் நுகரும் பெடையொடு நாற்சந்தியில் (இரை) தேடி உண்ணாமல்,
இரவுக்காலமும் பகற்காலமும் தெரியாமல் மயங்கிச் செயலற்றுக் கொடுங்கைகளைத் துயிலிடமாய்க் கொண்டு (அவற்றிற்கிடையே) தாவிக்கொண்டிருக்க;

புறாவின் செங்கால் சேவல்

மனை உறை புறவு

ஒரு புறா இணை (சோடி) - அவை வீட்டுப் புறாக்கள் - **மனை உறை புறவு**. அவற்றின் கால்களைக் கவனித்தீர்களா? என்ன அருமையான சிவப்பு நிறம் **(செங்கால்)**. அதையும் கவனித்துக் கூறுகிறார் புலவர்.

பகலெல்லாம் நச நச -வென்று மழை தூறிக்கொண்டே இருந்ததால் அவை வெளியே உணவுதேடச் செல்லவில்லை **(இன்புறு பெடையொடு மன்று தேர்ந்து உண்ணாது)**. வீட்டுப்புறாக்கள் பகலில் தெருவோரங்களில் தமக்குத் தேவையானதைத் தேடி உண்ணும். அவை கழுத்தை மேலும் கீழும் ஆட்டிக்கொண்டே அங்குமிங்கும் நடந்து சென்று இரை தேடும் அழகே அழகு **(மன்று தேர்ந்து)**. அன்று மழை பெய்ததால் அவை அவ்வாறு செய்ய இயலவில்லை. இருப்பினும் புலவர் அதனையும் குறிப்பிட மறக்கவில்லை. **மன்று தேர்ந்து உண்ணாது** என்கிறார்.

மன்று தேர்ந்து உண்ணாது

மன்று தேர்ந்து உண்ணல்

பகல் முழுக்க மப்பும் மந்தாரமுமாய் இருந்ததால் அவற்றுக்குப் பகல் எது? இரவு எது? என்றே தெரியாமல் குழப்பத்தில் இருந்தன (**இரவும் பகலும் மயங்கிக் கையற்று**). இருந்தாலும் அவற்றின் உள்ளுணர்வு இரவு நெருங்கிவிட்டது என்பதைத் தெரிந்துகொள்கிறது. எனவே அவை வீட்டிற்குள் அங்குமிங்கும் திரிவதை விட்டு வழக்கமாகத் தாம் இரவில் தங்கும் மதலைகளை அடைகின்றன. மதலை என்பது தூண்களில் உயரே உள்ள பிதுக்கம். வழக்கமாக அவை இரவில் அடையும் இடம்.

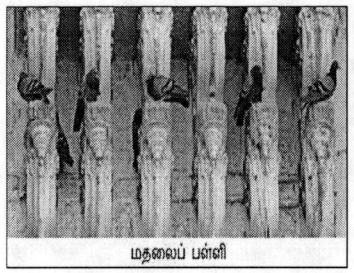
மதலைப் பள்ளி

மாறுவன இருப்ப

சிற்றூர்களில் பிறந்து வளர்ந்தவர்களுக்குத் தெரியும் - கோழி முதலிய வீட்டுப் பறவைகள் மாலையில் அடைவதற்குப் படும் பாடு. மாலையில் வெளிச்சம் குறைந்தவுடன் அவை வெளியில் எங்கு மேய்ந்து கொண்டிருந்தாலும் வீட்டைத் தேடி வரும். வீட்டின் மாட்டுக்கொட்டகை போன்ற இடங்களில் கூரைக்குக் கீழே குறுக்கும் நெடுக்குமாய் இருக்கும் கம்புகளில் குறுகப் பறந்து தாவி ஏறி அமரும். ஆனால் ஒரே இடத்தில் இராமல் ஒவ்வொரு கம்பாக மாறி மாறித் தாவிக்கொண்டிருக்கும். ஏறக்குறைய முழுதுமாய் இருள் மேற்கொள்ளும் வரையில் அவை தங்கள் இடங்களை மாற்றிக்கொண்டேதான் இருக்கும்.

சிற்றூர் அகலுள் வீடுகளில்தான் இவ்வாறு என்றால் இது மதுரை அல்லவா? அதிலும் மாடத்தில் வாழும் செல்வர் நகர் அல்லவா? இங்கே கோழிகளுக்குப் பதில் புறாக்கள் உள்ளன. வீட்டு முன்புறத்தில் உயரமான தூண்களைக் கொண்ட தாழ்வாரங்கள் இருக்கும். அத்தூண்களில் பலவகைச் சிற்ப வேலைப்பாடுகள் மிக்க பிதுக்கங்கள் இருக்கும். இவையே மதலைகள் (*cornices*) ஆகும். இவையே வீட்டுப் புறாக்கள் தங்குமிடம். பகல் முழுக்கக் குளிரில் முடங்கிக் கிடந்த புறாக்கள் இரவு நெருங்கியதும் இந்த மதலைப் பள்ளிகளில் அங்குமிங்கும் மாறி மாறிப் பறந்து பறந்து அமர்ந்தவண்ணம் இருக்கின்றன. **மாறுவன இருப்ப** என்ற இந்த

இரு சொற்களில் பறவைகளின் பிறவி இயல்பையே உள்ளடக்கிக் கூறும் புலவரின் சொல்திறந்தான் என்னே!

கடி உடை வியல் நகர் சிறு குறும் தொழுவர்
கொள் உறழ் நறும் கல் பல கூட்டு மறுக -

காவலையுடைய அகன்ற மனைகளில் சிறியராகிய குற்றேவல் வினைஞர்,
கொள்ளின் நிறத்தை ஒத்த நறுமண அம்மியில் பலவித நறுமணப்பொருள்களை அரைக்க;

இது அடுத்த காட்சி. இப்பொழுது புலவர் மெதுவாக அந்த மாளிகை விட்டுக்குள் காலடி எடுத்து வைக்கிறார். அவர் யார்? பெரும் புலவர் நக்கீரர். மதுரைத் தமிழ்ச் சங்கத்தின் தனிப்பெரும் தலைவர். அவரை அறியாதோர் மதுரையில் இருக்கமுடியுமா? ஒருவேளை அவர் அந்த வீட்டாருக்குத் தம் வருகையை முன்னரேயே அறிவித்திருக்க வேண்டும். இப்படி ஒரு குழுவைத் தாம் அங்கே அழைத்துவருவதாக. மேலும் அப்படி வரும் நாளில் அவர்களின் இயல்பு வாழ்க்கை பாதிப்படையாமல் இருக்குமாறும் சொல்லியிருக்கவேண்டும். எனவே அவர்கள்பாட்டுக்குத் தம் சொந்த வேலைகளைப் பார்த்தவண்ணம் இருக்கிறார்கள். அந்தப் பெரிய வீட்டில் **(வியல் நகர்)** தாழ்வாரத்தை அடுத்துக் கதவை ஒட்டிக் காவலர் நின்று கொண்டிருக்கிறார்கள் **(கடி உடை)**. வீட்டிற்குள் சிற்றேவல் புரியும் வேலைக்காரர் **(சிறு, குறுந் தொழுவர்)** இருக்கிறார்கள். அவர்கள் பலவிதமான நறுமணப் பொருள்களைக் கருங்கொள் போன்ற **(கொள் உறழ்)** கருங்கல்லால் ஆன அம்மியில் **(நறும் கல்)** அரைத்துக்கொண்டிருக்கிறார்கள் **(பல கூட்டு மறுக)**. ஆடவரும் பெண்டிரும் அதனை மேனியில் பூசிக்கொள்வர் போலும் - (இன்றைக்குப் பலர் தம் மேனியில் *body spray* தெளித்துக்கொள்கிறார்கள் இல்லையா - அதுபோல).

வீட்டில் சமையல் பொருள்களை அரைக்கும் அம்மியில்

சிறுகுறுந்தொழுவர் பலகூட்டு மறுக

பலகூட்டு மறுக

இந்த நறும்பொருள்களை அரைக்கமாட்டார்கள். மேனியில் பூசிக்கொள்ளும் பொருள்களுக்கானது அல்லவா? எனவே இதற்கெனவே ஒரு தனியான அம்மி வைத்திருப்பார்கள். அதனால்தான் இதனை **நறுங்கல்** என்கிறார் புலவர். ஒவ்வொரு நாளும் அரைப்பதால் அம்மிக்கல்லே மணம் பெற்றுவிட்டதாம்!

கற்களில் கருங்கல், மாக்கல் என்ற இருவிதக் கற்கள் உண்டு. கொள்ளு என்பதைச் சிலர் காணம் (horsegram) என்பர். இதிலும்

கொள்ளு / கொள்ளு

கொள் உறழ் நறுங்கல் - அம்மி / கொள் உறழ் நறும் கல்

வெள்ளைக்காணம், கருங்காணம் என்ற இருவகை உண்டு. எனவே, கருங்கல் அம்மியாக இருந்தால் கருங்காணம் போன்ற அம்மி என்றும், மாக்கல் அம்மியாக இருந்தால் வெள்ளைக்காணம் போன்ற அம்மி என்றும் எடுத்துக்கொள்ளலாம். வேலைக்காரர்கள் இந்த நறுமணக் கலவையை அன்றாடம் அரைத்துத் தயாரித்துக் கொடுப்பர் போலும்.

அடுத்த காட்சி

வடவர் தந்த வான் கேழ் வட்டம்
தென் புல மருங்கில் சாந்தொடு துறப்ப -

வடநாட்டவர் கொண்டுவந்த வெண்மை நிற வட்டக்கல்

தென் நாட்டு ஓரத்து (பொதிகை மலை) சந்தனத்துடன் (பயன்படாமல்) கிடப்ப;

அம்மிக்கல்லிலிருந்து வரும் நறுமணத்தை நுகர்ந்துகொண்டே நாம் அங்கே சுற்றுமுற்றும் பார்க்கிறோம். அங்கே இன்னொரு கல் காணப்படுகிறது. அது வெள்ளை வெளேர் என்று இருக்கும் பளிங்குக்கல். வட்டமாக இருக்கிறது **(வான் கேழ் வட்டம்)**. தமிழ்நாட்டில் ஏது பளிங்குக் கல்? வடநாட்டார் கொண்டு

வந்தது அது **(வடவர் தந்த)**. அதன்மேல் ஒரு சந்தனக்கட்டை இருக்கிறது. ஈரமின்றி இருக்கிறது அது. இந்தக் குளிர்காலத்தில் சந்தனத்தை யார் அரைத்துப் பூசிக்கொள்வார்? சந்தனம் ஒரு குளிர்ச்சியான பொருள். வேனில் காலத்துக்கு உகந்தது. கார்காலத் தொடக்கத்திலேயே அதனை ஓரமாய் வைத்து விடுவர். இப்போது காரும் போய் கூதிர்காலம். சந்தனம் பாண்டிய நாட்டுப் பொதிகை மலையில் விளைவது. பொதிகை தென்பாண்டி நாட்டைச் சேர்ந்தது. எனவே வடக்கிலிருந்து வந்த பளிங்குப் பலகையும் தெற்கிலிருந்து வந்த சந்தனக் கட்டையும் பயன்படுத்த ஆளின்றிக் கேட்பாரற்றுக் கிடக்கின்றன.

மீண்டும் வாடையின் தாக்கம் - வெளியுலகைச் சார்ந்து வாழும் புறாக்கள் முடங்கிக் கிடந்தாலும் வீட்டினரை நம்பி வாழும் வேலையாட்களுக்குக் குளிர் கிடையாது. மேனி பேணும் மாந்தருக்கும் வாடை கிடையாது. மீண்டும் தாக்கமும் தாக்கமின்மையும்.

இப்பகுதியில் நாம் கண்ட காட்சிகளும் அவற்றுக்கான காலங்களும்:

மனை உறைப் புறவு.. மதலைப் பள்ளி மாறுவன இருப்ப -

கொள் உறழ் நறும் கல் பல கூட்டு மறுக - வான் கேழ் வட்டம் - சாந்தொடு துறப்ப - மாலை 6 மணி - 7 மணி

←▲→

7
போர்வாய்க் கதவம் தாழொடு துறப்ப

தாவிக்கொண்டு அடையும் புறாக்களைப் பார்த்த வண்ணம், ஒரு செல்வர் மாளிகையினுள் நுழைந்த நாம் அரவங்காட்டாமல் அங்கு நடக்கும் நிகழ்ச்சிகளைப் பார்த்துக்கொண்டு நிற்கிறோம்.

நாம் அங்குக் காண்பது கூந்தலைக் காயவைக்கும் குமரிகளையும் கொடுந்தறியில் தூக்கியிருக்கும் செந்நிறக் கை விசிறிகளையும் தாழிட்டுக்கிடக்கும் மேனிலை மாடங்களையும்.

கூந்தல் மகளிர் கோதை புனையார்
பல் இரும் கூந்தல் சில் மலர் பெய்ம்மார்
தண் நறும் தகர முளரி நெருப்பு அமைத்து
இரும் காழ் அகிலொடு வெள் அயிர் புகைப்ப

(தம்) தலைமயிரில் மகளிர் (குளிர்ச்சி மிகுதியால்) மாலை அணியாதவராய்,
(தம்) நிறைந்த கருமையான தலைமயிரில் (மங்கலமாக) சில மலர் முடிப்பதற்காக,
குளிர்ந்த மணமுள்ள சாந்துக் கட்டையை விறகாகக் கொண்டு நெருப்பை உண்டாக்கி
கருமையான வயிரம் பாய்ந்த அகில்கட்டையுடன் வெண்மையான கற்கண்டையும் புகைப்ப;

மகளிர் மார்ப்புக் கச்சை அணிந்து மாராப்பு போட்டிருக்கின்றனர். எனவே அவர்களின் வெறுந்தோள்கள் குளிரில் நடுங்கிக்கொண்டிருக்கின்றன. அதன்மேல் சில்லிட்டுக்கிடக்கும் பூமாலையைப் போட யாருக்கு மனம் வரும்? எனவே மகளிர் மாலையற்ற வெறும் கழுத்தினராய்

இருக்கின்றனர். கழுத்திற்குத்தானே பூமாலை வேண்டாம். கருங்கூந்தலில் அணிந்துகொள்ளலாம் இல்லையா? மாலை முடிந்து இரவில் மணவாளருடன் மகிழ்ந்திருப்பதற்காக மகளிர் நறுமண மலர்களை அணிவது வழக்கம். இந்தக் குளிரில் மாலைதான் அணியமுடியவில்லை. மலர்களையாவது தலையில் சூடிக்கொள்ளலாம் அல்லவா! படுக்கும் முன் மகளிர் தம் தலைக் கூந்தலுக்குள்ளே சிறிது மல்லிகை மலர்களைப் புதைத்துக்கொள்வர். அவ்வாறு தலைக்குள் வைக்க எண்ணினால் கூந்தல் ஈரத்தில் பிசுபிசுத்துக் கிடக்கிறது. அதை நன்கு உலரவைக்கவேண்டும். அத்துடன் கூந்தலுக்கு மிகுந்த நறுமணமும் ஊட்டவேண்டும். இதற்காகவே சேர்த்து வைக்கப்பட்டிருக்கின்றன தகரஞாழல் சுள்ளிக்குச்சிகள்.

பொதுவாகத் தலைக்குச் சாம்பிராணி போட அடுப்படியில் இருக்கும் கங்குகளைப் பொறுக்கி எடுத்து ஒரு அகலப் பாத்திரத்தில் இட்டு அதில் சாம்பிராணித் தூளைத் தூவுவர். அதினின்றும் வெளிக்கிளம்பும் நறும்புகையில் தலைமுடியைப் பல்வேறு வகையாகப் பிரித்துக் காண்பிப்பர். ஈரமும் உலரும்; கூந்தலும் நறுமணம் பெறும். இவர்கள் செல்வர் விட்டு மகளிர் அல்லவா! அடுப்புக் கங்குகளுக்குப் பதிலாகத் தகரஞாழலின் காய்ந்த குச்சிகளால் நெருப்பு உண்டாக்குகின்றனர். தகர ஞாழல் என்பது ஒரு கொடிவகைத் தாவரம். அதன் கொடியே நறுமணம் கொண்டது. அதைப் பறித்து வந்து காயப்போட்டுச் சிறு குச்சிகளாக ஒடித்து வைத்திருக்கின்றனர். அதில் நெருப்பு மூட்டினால் அதிலிருந்து வரும் புகையே நறுமணம் மிக்கதாக இருக்கும். அந்த நெருப்பில் காய்ந்த அகில் கட்டைகளைப் போடுகிறார்கள். இந்த அகில் என்பது மரவகையைச் சேர்ந்தது. சந்தன மரத்தைப் போல் வாசனை மிக்கது. நன்றாக முதிர்ந்த மரம் என்றால் அதன் அடிக்கட்டை வயிரம் பாய்ந்து இருக்கும். இது மிக்க உறுதியானது. நெடுநேரம் நின்று எரியக்கூடியது. அப்படிக் கட்டைகளைக் கொண்டுவந்து பிளந்து சிறுசிறு சிம்புகளாக ஆக்கி அவற்றை அந்த நெருப்பில் இடுகிறார்கள். இதனுடன் அயிர் எனப்படும் பொருளையும் சேர்க்கின்றனர். இது மேலை நாடுகளினின்றும் இறக்குமதி செய்யப்பட்ட விலையுயர்ந்த பண்டம் (frankincense) ஆகும். ஒன்றுக்கு நான்றாய் இத்தனை நறுமணப் பொருள்களைக் கூந்தலில் சேர்த்தால் இருக்கிற குளிருக்கு இந்த இளம்பெண்கள் அருகில்

வந்தாலே ஆடவர் மனம் மயங்கிப்போய்விடமாட்டார்களா?

தண் நறும் தகரம்-தகரஞாழல்

அகில் மரம்

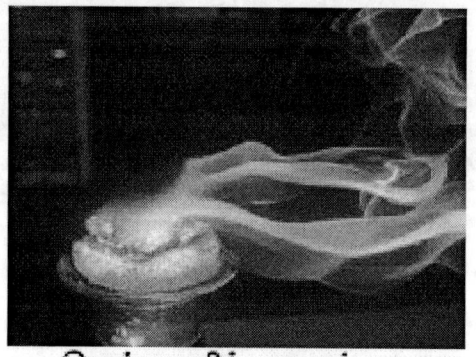
வெள் அயிர் புகைப்ப

குலமகளிர் மாலையில் தம் மேனியில் நறுமணப் பொருள்களை அரைத்துப் பூசிக்கொள்வர் - தம் கூந்தலுக்கு நறுமணப்புகை ஏற்றிக்கொள்வர் - என்பதை மாங்குடி மருதனாரின் மதுரைக்காஞ்சியில் படித்தது நினைவுக்கு வருகிறது.

ஒண்சுடர் உருப்பு ஒளி மழுங்க ....

நல்நெடுங் கூந்தல் நறுவிரை குடைய
நரந்தம் அரைப்ப நறுஞ்சாந்து மறுக
மென்னூல் கலிங்கம் கமழ்புகை மடுப்ப - (மதுரைக். 545- 554)

இதுவரையில் தரையளவில் நம்மைச் சுற்றிலும் உள்ள காட்சிகளைக் காண்பித்த புலவரின் கண்கள் இப்போது சற்று

மேலே உயருகின்றன. அட! அங்குச் சுவரில் அறையப்பட்டிருக்கும் ஒரு முளைக்கோலில் ஏதோ ஒன்று ஒட்டடை பிடித்தவாறு தொங்கிக்கொண்டிருக்கிறதே?.

கைவல் கம்மியன் கவின் பெறப் புனைந்த
செம் கேழ் வட்டம் சுருக்கிக் கொடும் தறிச்
சிலம்பி வால் நூல் வலந்தன தூங்க -

கை வேலைப்பாட்டில் சிறந்த கைவினைக்கலைஞன் அழகுபெறச் செய்த சிவந்த நிறத்தையுடைய விசிறி (மூடிச்) சுருக்கிடப்பட்டு வளைந்த முளைக்கோலில் சிலந்தியின்

. . . கவின்பெறப் புனைந்த செங்கேழ் வட்டம்

வெள்ளிய நூலால் சூழப்பட்டனவாய் தொங்கிக்கொண்டிருக்க;

வேலைப்பாடமைந்த சிவப்புநிற விசிறிகள் சுருக்கிடப்பட்டு வளைந்த முளைக்கோலில் தொங்கிக் கொண்டிருக்கின்றன. நெடுநாட்கள் அது பயனின்றி இருந்ததால் சிலந்தி அதில் தன்

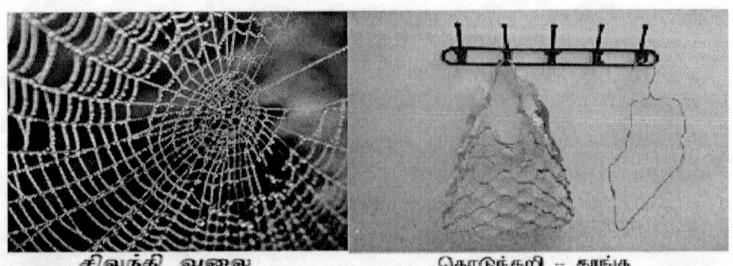

சிலந்தி வலை

கொடுந்தறி -- தூங்க

வெண்ணிற நூல்வலையைப் பின்னியிருக்கின்றது.

முளைக்கோலில் தொங்கிகொண்டிருப்பது ஒரு பெரிய சுருக்குப்பை. அதனுள் என்ன இருக்கும்? வெயிற்காலத்தில் விசிறிக்கொள்ள அழகிய கைவேலைப்பாடுடன் கூடிய மடக்கு விசிறிகள் செல்வர்கள் வீட்டிலிருக்கும். இப்போது அவற்றைக் காணோம். அவற்றைச் சுருக்கி அந்தச் சுருக்குப் பைக்குள் வைத்திருக்கவேண்டும். அதுவும் தொங்கவிட்டு நீண்ட நாட்களாகிவிட்டதால் சிலந்தி அதன்மேல் வலைபின்னியிருக்கிறது.

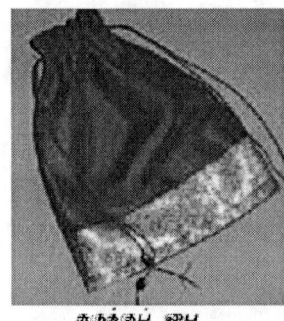

சுருக்குப் பை

இன்றைக்கும் பாட்டிமார் இடுப்பில் ஒரு சுருக்குப் பையைச் செருகியிருப்பர். துணியால் செய்யப்பட்ட ஒரு பையின் வாயில் நீளவாக்கில் கயிறு கோத்திருப்பார்கள். அதை இரண்டு பக்கமும் இழுத்தால் பை சுருங்கிப்போய் மூடிக்கொள்ளும். உள்ளே காசு, வெற்றிலை, பாக்கு ஆகியவை வைத்திருப்பார்கள்.

அதியமான் பரிசில் தரத் தாமதிக்கும்போது, கோபித்துக்கொண்டு ஔவையார் தம் இசைக்கலன்களை எல்லாம் ஒரு பெரிய பையில் போட்டுச் சுருக்கிட்டுத் தோளில் தூக்கிப்போடும் வேகத்தைக்

காவினெம் கலனே, சுருக்கினெம் கலப்பை - (புறம். 207)

என்று காட்டும்போதுகூடப் பை சுருக்கிடப்படுவதை அறிகிறோம்.

ஒருவேளை அந்த விசிறிகளே மடக்கு விசிறிகளாக இருக்கலாம். **செங்கேழ் வட்டம்** சுருக்கி என்பதற்கு விசிறிகள் பையிலிடப்பட்டு அப்பைகள் சுருக்கிடப்பட்டு என்று பொருள் கொள்வதைவிட விசிறிகளை மடித்து என்ற பொருள் கொள்வது சிறந்தது எனில் அந்த விசிறிகள் மடக்கு விசிறிகள் ஆகலாம். சாதாரண மக்கள் பனையோலை, தென்னங்கீற்று ஆகியவற்றால் ஆன விசிறிகள் வைத்திருப்பர். அவற்றை மடக்க முடியாது. அவற்றைச் செய்ய கைவல் கம்மியனும் தேவையில்லை. அவை அழகிய தோற்றம் கொண்டவையும் அல்ல. எனவே புலவர் கூறுவது விலையுயர்ந்த, நிறமூட்டப்பட்ட, வேலைப்பாடமைந்த மடிப்பு விசிறிகள்தான் எனலாம். குளிர்காலத்தில் அவை தேவைப்படாததால் மடக்கித் தொங்கவிடப்பட்டுள்ளன. அவையும் வெகுநாள்கள் ஆகிவிட்ட

நிலையில் ஒட்டடை படிந்து போயுள்ளன.

செங்கேழ் வட்டம் சுருக்கி

அடுத்துத் தாழ்வாரத்துக்கு மேலே இருக்கும் மாடிப்பகுதியைக் காட்டுகிறார் புலவர். வெயில் காலத்தில் மாடியில் நின்றால் சிலு சிலு -வென்ற காற்று வரும். இந்த நடுக்கும் குளிரில் மாடியைத் தேடுபவர் யார்?

வானுற நிவந்த மேனிலை மருங்கின்
வேனிற் பள்ளி தென்வளி தரூஉம்
நேர்வாய்க் கட்டளை திரியாது திண்ணிலைப்
போர்வாய்க் கதவம் தாழொடு துறப்ப -

விண்ணையே தொடும்படி உயர்ந்து நின்ற மேல்நிலை மாடங்களில்
இளவேனில் காலத்தில் (துயிலும்) படுக்கை அறைக்குத் தென்றல் காற்றைத் தரும்
நேருக்கு நேராக அமைந்த சாளரங்கள் திறக்கப்படாமல் சிக்கென்ற நிலையினை உடைய
பொருதுகின்ற வாயுடைய (இரட்டைக்) கதவுகள் தாழிட்டுக் கிடக்க -

போர்வாய்க் கதவம் தாழொடு துறப்ப

தாழ்வாரத்தை அடுத்த முற்றத்தில் நின்று கொண்டு அண்ணாந்து பார்த்தால் கழுத்தே வலிக்கிறது! அருகிருந்து பார்ப்பதால் மிகவும் உயரமாகத் தெரியும் மாடிப்பகுதியின் உச்சியை, முற்றத்து மங்கலான வெளிச்சத்தில் பார்ப்பது கடினமாக இருக்கிறது. எனவே அதனை வானளாவிய மாடம் (**வானுற நிவந்த மேனிலை மருங்கின்**) என்கிறார் புலவர். அந்த முதல் மாடத்தில் சற்று உள்ளடக்கி ஓர்

அறை தென்படுகிறது. அது வேனிற்காலத்துப் படுக்கை அறை (**வேனிற் பள்ளி**). கோடையின் தென்றல் காற்றை அறைக்குள் கொணர (**தென்வளி தரூஉம்**) இரு சன்னல்கள் இருக்கின்றன. எளிதான காற்றோட்டத்துக்காகத் தென்வடலாய் நேர் நேராய் அமைக்கப்பட்ட பலகணிகள் அவை (**நேர்வாய்க் கட்டளை**). இந்தக் கூதிர்காலத்தில் தெற்குப்பக்கச் சாளரத்தின் வழியாகத் தென்றல் வருவதற்குப் பதில் வடக்குப்பக்கச் சாளரத்தின் வழியே வாடையல்லவா வரும்? எனவே அந்தச் சாளரத்தின் கதவுகள் அடைக்கப்பட்டுள்ளன. அந்தப் படுக்கை அறைக்கான வாசல் திண்ணிய நிலையைக் கொண்டது (**திண்ணிலை**). எளிய மக்களின் வீட்டு வாசல் நிலைகளில் பொதுவாக ஒற்றைக் கதவுகள்தாம் இருக்கும். இந்த மாளிகையில் படுக்கை அறை வாசல் நிலையில்கூட இரட்டைக் கதவுகள் (**போர்வாய்க் கதவம்**) இருக்கின்றன. ஒற்றைக்கதவை இழுத்து மூடும்போது அது நிலையில் பொருந்தும். இரட்டைக் கதவுகளோ மூடும்போது ஒன்றோடொன்று பொருதும் அல்லவா? இதனைத்தான் **போர்வாய்க் கதவம்** என்கிறார் புலவர். வேனிற்பள்ளிகள் கோடையில் தங்குவதற்குச் சுகமானவை. இந்த நடுக்கும் குளிரில் எங்காவது ஒரு மூலையில் முடங்கிக்கொள்ளலாமா என்றுதானே தோன்றும்? எனவே இந்த மாடி அறை தேவையற்றதாகி இழுத்துத் தாழிடப்பட்டுள்ளது (**தாழொடு துறப்ப**).

இப்பகுதி முழுவதுமே புலவர் நமக்குக் காட்டும் வாடையின் தாக்கங்கள் மட்டுமே.

இப்பகுதியில் நாம் கண்ட காட்சிகளும் அவற்றுக்கான காலங்களும்:

கூந்தல் மகளிர்... வெள்ளயிர் புகைப்ப ---

செம் கேழ் வட்டம் சுருக்கிக் கொடும் தறி.. தூங்க -

மேனிலை மருங்கின்... கதவம் தாழொடு துறப்ப - மாலை 7 மணி - 9 மணி

8
காதலர்ப் பிரிந்தோர் புலம்ப

உலர வைத்த கூந்தலுக்கு மணம் சேர்க்கும் மங்கையரையும் ஒட்டடை பிடித்துத் தொங்கிக்கொண்டிருக்கும் கைவிசிறிகளையும் ஒரேயடியாகத் தாழிடப்பட்ட வேனிற்பள்ளிக் கதவுகளையும் பார்த்தவாறு நின்றுகொண்டிருக்கும் நாம் சிறிது வெப்பத்தை உணர்கிறோம். இந்த வெம்மை எங்கிருந்து வருகிறது?

கல்லென் துவலை தூவலின் யாவரும்
தொகுவாய்க் கன்னல் தண்ணீர் உண்ணார்
பகுவாய்த் தடவில் செந்நெருப்பு ஆர -

"கல்"-லென்ற ஓசையுடன் தூறல் (நீர்த் திவலைகளைத்) தூவுவதால் ஒருவருமே
குவிந்த வாயையுடைய குடங்களில் தண்ணீரைக் குடியாராய்ப் பிளந்த வாயையுடைய கணப்புச்சட்டியின் சிவந்த நெருப்பின் (வெம்மையை) நுகர -

அதென்ன "கல்"லென் ஓசை? மாலையில் ஆலமரம் போன்ற ஒரு பெரிய மரத்தில் வந்து கூடும் பறவைகள் எழுப்பும் ஓசையைக் கேட்டிருக்கிறீர்களா? இது போன்ற பல மரங்களைக் கொண்ட காட்டில் மாலைநேரம் எப்படி இருக்கும்? இதையே கல் லென் கானம் என்பர் சங்கப் புலவர். தூறல் எப்படி ஒலி எழுப்பும்? தூறல் தகரத்தின் மேல் விழுந்தால் கல் லென் ஓசையை எழுப்பாதா? தகரத்தில் விழுந்த நீர் ஒன்றுசேர்ந்து தாரையாக வழிந்து விழுந்தால் சர் ரென்ற ஓசை எழும்பாதா? இதோ முல்லைப்பாட்டு கூறுகிறது-

இடம்சிறந்து உயரிய எழுநிலை மாடத்து
முடங்குஇறைச் சொரிதரு மாத்திரள் அருவி
இன்பல் இமிழிசை -- **(முல்லைப். 86 - 88)**

பகுவாய்த் தடவு

தொகு வாய்க் கன்னல் - மண்சட்டி

இவ்வாறு தூறிக்கொண்டே இருக்கும்போது யாருக்குத் தாகம் எடுக்கும்? தாழ்வார ஓரத்தில் போவோர் வருவோர் நீர்மொண்டு குடிக்கத் தண்ணீர் நிரப்பி வைத்த ஒரு குடம் இருக்கிறது. ஆனால் குடிப்பதற்குத்தான் ஆள் இல்லை! குடத்துக்கு வாய் குறுகலாகத்தானே இருக்கும்? அதனால் அது **தொகுவாய்க் கன்னல்** எனப்படுகிறது. இதனை அடுத்து பகுத்த வாயை உடைய ஒரு கணப்புச் சட்டி **(தடவு)** இருக்கிறது. அதில் நிறைய சிவந்த தீக்கங்குகள் **(செந்நெருப்பு)** இருக்கின்றன. அந்தச் சட்டியைச் சுற்றிலும் ஆட்கள் அமர்ந்து தம் கைகளை நெருப்புக்கு மேலே நீட்டித் தம் முகத்தில் தடவிய வண்ணம் குளிர்காய்ந்து கொண்டிருக்கிறார்கள். இன்று காலையில்தானே பார்த்தோம் - மலையில் உள்ள மாட்டிடையர்கள் - கைக்கொள் கொள்ளியராய்க் கவுள்புடையூஉ நடுங்கிக்கொண்டிருப்பதை - அதை நினைவுபடுத்துகிறது இக்காட்சி. இங்கும் ஒரு முரண்சுவைக் காட்சியைக் காட்டுகிறார் நக்கீரர்.

யாரும் தேடாத கன்னல் - யாவரும் கூடி அமரும் தடவு;
அது தொகுவாய்க் கன்னல் - இது பகுவாய்த் தடவு.
கன்னலில் குளிர்நீர் - தடவில் சுடும்நெருப்பு.

இரண்டும் அருகருகே - இந்த முரண்சுவைக் காட்சி அமைப்பு நக்கீரருக்கே வாய்த்த நற்றிறன் - அவர் பின்னே நாம் செல்வது நம் நற்பேறு.

சங்கப் புலவர்கள் எதுகை மோனையைத் தேடி அலைய மாட்டார்கள். அதற்காக அவர்கள் மெனக்கெட்டது இல்லை. ஆனால் அதுவாக - இயல்பாக - வந்து விழும்போது - **தொகுவாய்க் கன்னல் - பகுவாய்த் தடவு** என்று மீண்டும் மீண்டும் மனதுக்குள் சொல்லி மகிழ்கிறோம்.

தணலின் வெம்மையை உணர்ந்திருக்கும் வேளையில் சற்றுச் சுருதிபேதமான நரம்பிசை கேட்கிறது. தாழ்வாரத்தின் அடுத்த ஓரத்தைப் பார்க்கிறோம். அங்கே

ஆடல் மகளிர் பாடல்கொளப் புணர்மார்
தண்மையின் திரிந்த இன்குரல் தீம்தொடை
கொம்மை வருமுலை வெம்மையில் தடைஇ
கருங்கோட்டுச் சீறியாழ் பண்ணுமுறை நிறுப்ப -

ஆடல் மகளிர் தம் பாடலுக்குப் பொருந்த (யாழ்) நரம்பைக் கூட்டுதற்கு,
குளிர்ச்சியால் நிலைகுலைந்த இனிய குரலாகிய நரம்பை,
பெரிய எழுகின்ற முலையின் வெப்பத்தால் தடவி,
கரிய தண்டினையுடைய சிறுயாழைப் பண் நிற்கும் முறையிலே நிறுத்த

இந்த இரவுநேரத்தில் அதுவும் வீட்டுக்குள் ஆடல் பாடலா? மீண்டும் மதுரைக்காஞ்சியை நினைவுக்குக் கொண்டு வருகிறோம்.

கல்லென் மாலை நீங்க, நாணுக்கொள,
ஏழ்புணர் சிறப்பின் இன்தொடைச் சீறியாழ்
தாழ்பெயல் கனைகுரல் கடுப்பப் பண்ணுப்பெயர்த்து
வீழ்துணை தழீஇ ---------- ------------ (மதுரைக். 558 - 561)

பார்த்தீர்களா? மாலைநேரம் (6 - 10 மணி) முடியும் நேரத்தில் மதுரை நகரில் மன மகிழ்வு நிகழ்ச்சிகள் தொடங்குகின்றன. சரி இங்கே என்ன நடக்கிறது என்று பார்ப்போம். நாட்டிய மங்கையர் ஆடுவதற்குத் தயாராக நிற்கின்றனர். அவர்கள் பாடிக்கொண்டே ஆடுபவர்கள். அவர்களின் பாடலுக்கேற்ற வகையில் யாழைச் சுருதி கூட்ட வேண்டும். யாழை மீட்டுவோர் யாழ் நரம்பைச் சுண்டிவிட்டு ஒலி எழுப்புகின்றனர். வாடையின் குளிர்ச்சியில் யாழ் நரம்புகள் தம் விரைப்புத் தன்மையை இழந்துபோய் இருக்கின்றன. எனவே வேண்டிய ஒலி அதினின்றும்

கருங்கோட்டுச் சீறியாழ்

எழவில்லை. யாழ் நரம்பை முறுக்கேற்றவேண்டும். ஏற்கனவே அவை முறுக்கேற்றப்பட்டவைதாம். எனவே அவற்றைச் சற்று வெம்மையாக்கினாலே போதும். அதற்கு அந்த யாழ் மங்கையர் யாழை மார்போடு இறுக்கித் தேய்த்துச் சரியான ஒலி கிடைக்கும்வரை அவ்வாறு செய்து பாடும் பண்ணுக்கேற்ற வகையில் சரிசெய்து கொள்கிறார்கள்.

சரி! இதைப்போய் புலவர் நமக்கு ஏன் காட்டுகிறார்? புலவரின் நோக்கம் நம்மை ஓர் இன்பச் சுற்றுலாவுக்கு அழைத்துச் செல்வது அல்ல. அப்படியெனில் அவர் மதுரை நகரின் பல்வேறு எழில்மிகு காட்சிகளைக் காட்டியிருப்பார். இது ஒரு *field trip* போன்ற கல்விச்சுற்றுலா - தமிழ்த்துறையின் இலக்கியச் சுற்றுலா. இந்தச் சுற்றுலாவின் மையக் கருத்து **வாடை**. எனவே எங்கெங்கே, யார்யார் எந்தெந்த நேரத்தில் எவ்வெவ்விதமாக வாடையால் பாதிப்புறுகிறார்கள் எனக் காட்டுவதே புலவரின் நோக்கம். இங்கே அவர் காட்டுவது எவ்வாறு யாழ் நரம்புகளும் வாடையால் தன்மை திரிந்து கிடக்கின்றன என்பதைத்தாம்.

கூதிர்கால வாடையின் பன்முகத் தாக்கத்தை விரிவாகச் சுட்டிக் காட்டிய புலவர் நக்கீரர் நம்மைப் பார்த்துக் கூறுகிறார்

காதலர்ப் பிரிந்தோர் புலம்பப் பெயல்கனைந்து
கூதிர் நின்றன்றால் போதே ....

கணவரைப் பிரிந்த மகளிர் வருந்த மழை நன்றாக இயங்கி,
கூதிர்காலமாய் நிலைபெற்றது -----

"காலையில் தொடங்கிய மழை இன்னும் நிற்கவில்லை. பூமியே குளிர்ந்துபோய் நடுங்குகிறது. உயிரினங்கள் வாடையின் பாதிப்பால் வாடிப்போயுள்ளன. இவை எல்லாம் புறத்தே ஏற்பட்ட பாதிப்புகள். மனிதருக்கு மட்டும் அகம் என்ற ஒன்று உண்டு. அதிலும் காதலரைப் பிரிந்த பெண்கள் புறமும் அகமும் தாக்கப்பட்டவர்களாய் வேதனையோடு நள்ளிரவிலும் விழித்திருக்கிறார்கள். பாசநோய் கண்ட அவர்களின் பாழாய்ப்போன கண்கள் நள்ளிரவு நேரத்திலும் நன்றாக விழித்துக்கொண்டு இருக்கின்றன. அப்படி யாராவது ஒருவரைப் பார்க்கலாமா? வாருங்கள் காட்டுகிறேன்" என்ற புலவர் நமக்காகக் காத்திராமல் நடையைக் கட்டுகிறார்.

நமது சிந்தனையோ பின்னோக்கிச் சென்று நடந்ததை எல்லாம் அசைபோடுகிறது.

காலையில் விடிவதற்கு முன்னர் மலையில் திறந்தவெளியில் இடையர்கள் வாடையின் தாக்கத்தால் நடுங்கிக் குளிர்காய்வதைக் காண்பித்த நக்கீரர் முன்னிரவில் மனைக்குள்ளே மாளிகை வாசிகள் செந்நெருப்பு ஆர்வதையும் காட்டுகிறார். இடையில் குன்றும் குளிர்ப்பன்ன கூதிர்ப் பானாள் ஆகிய நண்பகல் வாடையையும் காட்டுகிறார். மா மேயல் மறப்ப, மந்தி கூர, பறவை படிவன வீழ, கறவை கன்றுகோள் ஒழியக் கடிய வீச - கொடுமையான பிற்பகலையும் காட்டுகிறார். பின்னர் மாலையில் துவலைத் தண்துளி பேணாத முழுவலி மாக்களையும் காட்டுகிறார். பகல் முழுக்க உண்ணாத மனைப்புறாக்களையும் சாந்தையும் கோதையையும் துறந்த கூந்தல் மகளிரையும் காட்டுகிறார். வாடையின் தண்மையில் திரிந்த சீறியாழின் சின்ன நரம்புகளையும் காட்டுகிறார். இப்படியாக நீண்டிருக்கும் வாடையையே **நெடு வாடை** என்கிறார் புலவர். இந்த நெடிய வாடை காதலரைப் பிரிந்தோர்க்குக் கொடிய வாடையுமாய் அல்லவா இருக்கிறது! அப்படியிருக்க இதனை நல்வாடை என்கிறாரே புலவர்? எப்படி? முசுண்டையும் பீரமும் பூத்துச் சிரிக்கின்றன. கொக்கும் நாரையும் மென்பறையாய் மேய்ந்துகொண்டிருக்கின்றன. நெல்லும் கமுகும் நிறைவாய் விளைந்திருக்கின்றன. கயல் அறல் எதிர்ந்து நீந்தித் திரிகின்றன. துவலைத் தண்துளி தோளை நனைப்பதைத் துய்த்துக்கொண்டிருக்கிறார் யவனர். இவருக்கெல்லாம் இது நல்ல வாடையே. வாடையால் பாதிப்புறாத மடவரல் மகளிர், சிறுகுறும் தொழுவர் ஆகியோருக்கு இது - *just* - வாடை.

இப்படி நாம் சிந்தித்துக்கொண்டிருக்கையில் புலவர் நெடுநெடுவென்று விரைந்து சென்று அரண்மனை போன்றதொரு பெரிய கட்டிடத்து வாயிலில் சிலையாக நின்றுவிட்டார். ஆழ்ந்த சிந்தனைவயப்பட்டவராய் நின்றிருக்கும் அவர் அருகில் சென்று நிற்கிறோம். நம்மிடம் அவர் பேசத் தொடங்குகின்றார்.

இப்பகுதியில் நாம் கண்ட காட்சிகளும் அவற்றுக்கான காலங்களும்:

யாவரும்... பகுவாய்த் தடவில் செந்நெருப்பு ஆர -

ஆடல் மகளிர் பாடல்கொள ...

கருங்கோட்டுச் சீறியாழ் பண்ணுமுறை நிறுப்ப -

காதலர்ப் பிரிந்தோர் புலம்ப -- மாலை 9 மணி - 10 மணி

9

குன்று குயின்றன்ன ஓங்குநிலை வாயில்

மலைகளிலும் வயல்களிலும் தெருக்களிலும் சுற்றித்திரிந்து வீடுகளுக்குள்ளும் புகுந்து பார்த்து வாடையின் பல்வேறு தாக்கங்களைக் கண்ட நாம் இப்போது நின்றுகொண்டிருப்பது பாண்டிய அரசன் வாழும் அரண்மனை வாயில். இப்போது மன்னன் அங்கு இல்லை. போருக்குச் சென்றிருக்கிறான். இதுவரை நமக்கு முன்னே விடுவிடு -வென்று நடந்து சென்றுகொண்டிருந்த புலவர் இப்போது நம்மைப் பார்த்துத் திரும்பி நிற்கிறார். நம் கவனத்தை ஈர்த்த பின்னர் அவர் பேசத் தொடங்குகிறார்.

--------- ---------- -------- மாதிரம்
விரி கதிர் பரப்பிய வியல் வாய் மண்டிலம்
இரு கோல் குறிநிலை வழுக்காது குடக்கு ஏர்பு
ஒரு திறம் சாரா அரைநாள் அமயத்து

திசைகள் (எல்லாவற்றிலும்)
விரிந்த கிரணங்களைப் பரப்பின அகன்ற இடத்தையுடைய ஞாயிறு,
(நாட்டப்பட்ட) இரண்டு கோல்களின் நிழல்கள் ஒன்றும் வகையில் (கிழக்கிலிருந்து) மேற்கே செல்ல,
ஒரு பக்கத்தைச் சாராத (உச்சியில் இருக்கும்) நண்பகல் நேரத்தில்,

என்ன சொல்கிறார் அவர்? கொஞ்சம் விரிவாகப் பார்ப்போம்.

எல்லாத் திசைகளிலும் தன் கதிர்களை விரித்துப் பரப்பிய வண்ணம் கிழக்கில் எழுந்த ஞாயிற்றின் அகன்ற மண்டலத்தில் அந்த ஞாயிறு கிழக்குப் பக்கமிருந்து மேற்குப்பக்கம் செல்வதற்காக

▶ 77

எந்த ஒரு பக்கத்தையும் சாராத (உச்சி)நிலையில் இருக்கும்போது தரையில் (சமதளப் பரப்பில் செங்குத்தாக) நிறுத்தியிருக்கும் இரண்டு கோல்களின் நிழல்கள் ஒன்றன்மேல் ஒன்று நேராக விழும் உச்சிப்பொழுதான நண்பகல் நேரம்.

சுருக்கமாகச் சொல்லப்போனால் தலைக்கு மேலே சூரியன் தகிக்கும் சரியான உச்சிப்பொழுது - நண்பகல் வேளை.

ஒரு வட்டமான பலகையில் சரியாக ஒரு விட்டத்தின் இரு முனைகளின் அருகே இரண்டு கோல்களைச் செங்குத்தாக நட்டுவையுங்கள். அடுத்து அந்த விட்டம் வடக்கு-தெற்கு திசையில் இருக்கும் வண்ணம் வட்டத்தைச் சரிசெய்யுங்கள்.

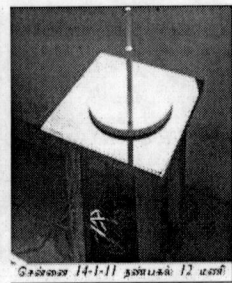

சென்னை 14-1-11 காலை 11.30 மணி

சென்னை 14-1-11 நண்பகல் 12 மணி

சென்னை 14-1-11 பிற்பகல் 12.30மணி

இப்போது காலை 10மணி என்றால் சூரியன் கிழக்குப்பக்கம் இருக்கும். எனவே வட்டத்தின்மீது நிற்கும் இரு கோல்களின் நிழல்கள் மேற்குப்பக்கம் இணையாகச் (parallel) சாய்ந்திருக்கும். இதுதான் **இருகோல் குறிநிலை.** நேரமாக ஆக - சூரியன் உச்சிக்கு ஏற ஏற - இந்த நிழல்கள் கொஞ்சம் கொஞ்சமாக நெருங்கும் - கிழக்குப்பக்கமாகவும் நகரும். சூரியன் கிழக்கிலிருந்து மேற்குப்பக்கம் செல்லும் நேரத்தில் (**குடக்கு ஏர்பு**) இந்த இருகோல் குறிநிலைகளும் கிழக்கிலும் இல்லாமல் மேற்கிலும் இல்லாமல் (**ஒரு திறம் சாரா**) ஒன்றோடு ஒன்று சேரும் (**வழுக்காது**). அதுதான் அந்த இடத்துக்குரிய மிகச் சரியான நண்பகல் வேளை(**அரைநாள் அமையத்து**).

அரைநாள் என்றால் நள்ளிரவு என்றுதானே இத்தனை நாள் நினைத்திருந்தோம்! இன்றோ புலவர் இருகோல் குறிநிலையாக நிழல்கள் ஒன்றுபடும் நண்பகல் வேளையைப் போய் அரைநாள் என்கிறாரே? அப்படியென்றால் அரைநாள் என்பதன் பொருள், இரவோ, பகலோ அதில் பாதிநாள் - இரவென்றால் நள்ளிரவு

- பகலென்றால் நண்பகல். நாளின் நடுப்பாதி - ஆகா! இப்போதுதான் புரிகிறது இந்தப் பாதி நாள் - பால் நாள் - பானாள் என்பதுவும் இவ்வாறு நண்பகலைக் குறிக்கலாம். அது அந்தச் சொல் பயன்படுத்தப்படும் நேரத்தைக் குறித்தது. நள்ளிரவில் மலைச்சரிவில் ஆரம்பித்த நம் பயணம் விடிந்தபின் முற்பகலில் மேய்ச்சல் நிலத்தின் வழியாகக் கீழிறங்கி நண்பகலில் அடிவாரத்தை அடைந்த சமயத்தில் திரும்பி மலையைப் பார்த்து அவர் கூறியது நினைவுக்கு வருகிறது -

மாமேயல் மறப்ப மந்திகூர கறவை
கன்றுகோள் ஒழியக் கடிய வீசி
குன்றுகுளிர்ப் பன்ன கூதிர்ப் பானாள்

அவர் உச்சிப் பகலையும் பானாள் என்றுதான் குறித்திருக்கிறார். சொல்லப்போனால் நம் புலவர் நக்கீரர் ஒருவரே இந்த இரு சொற்களும் நண்பகலையும் குறிக்கும் என்ற பொருளில் பாடியிருக்கிறார் - அதுவும் இந்த ஒரே பாடலில்.

ஊரெல்லாம் அடங்கிவிட்ட நேரம் - இரவு 10 மணிக்கு மேல் ஆகிவிட்டது. திடீரென்று புலவர் இப்போது மதியம் 12 மணியைப் பற்றிப் பேசுகிறார். அப்போதுதான் நமக்குப் புரிகிறது. புலவர் என்றோ ஒருநாள் மத்தியானம் சரியாகப் பன்னிரண்டு மணிக்கு நடந்த ஒரு நிகழ்ச்சியைப் பற்றிக் கூறப்போகிறார் என்று. ஒருவேளை புலவர் நமக்கு முன்னால் இருக்கும் அரண்மனையைப் பற்றிக் கூற வருகிறாரோ? காதுகளைக் கூர்மையாக்கிக்கொண்டு அவர் கூறுவதைக் கவனிப்போம்.

நூல் அறி புலவர் நுண்ணிதின் கயிறு இட்டு
தேஎம் கொண்டு தெய்வம் நோக்கி
பெரும் பெயர் மன்னர்க்கு ஒப்ப மனை வகுத்து

(கட்டிடக்கலை) நூலை அறிந்த கலைஞர் மிகச்சரியாக நூலை நேரே பிடித்து,

திசைகளைக் குறித்துக்கொண்டு தெய்வங்களைப் பார்த்துத் (தொழுது),

பெரும் புகழ்பெற்ற அரசர்க்குத் தகுந்த வகையில் மனையின் பாகங்களைப் பகுத்துக்கொண்டு

நாம் நினைத்தது சரிதான். அரண்மனைக்கான அடித்தளம் போட்ட கதை இது.

அரண்மனையைப் பற்றிக் கூறவரும் புலவர் நேரே அரண்மனையைக் காட்டவில்லை. மாறாக அது எவ்வாறு உருவாக்கப்பட்டது என்பதை ஒரு பின்னோக்குக் காட்சியாக (flashback) விவரிக்கிறார்.

இந்த மூன்று அடிகளிலும் குறிப்பிடப்படும் நிகழ்ச்சிகள் வரிசைமாறி இருப்பனபோல் தெரிகிறது. முதலில் மனைவகுத்துப் பூசை நடத்தி முளை அடித்துக் கயிறு கட்டுவார்கள். அது *top down programming* - வடிவமைப்பு (Designing level) நிலையில். இது செயல்பாட்டுநிலை (Implementation level). எனவே இறுதிக்கட்டத்திலிருந்து மேலெழுப்ப வேண்டும். புலவரும் அதையே செய்கிறார்.

கட்டிடத்தின் பெருங்கொத்தனாரின் மனதுக்குள் அரண்மனையின் மொத்த அமைப்பும் இருக்கும். எனவே அவர் நூலறி புலவரை அழைத்து நுண்ணிதின் கயிறிடச் சொல்கிறார். இவர்கள் வெறும் கயிறுகளைக் கொண்டே குறிப்பிட்ட அளவுகளில் செவ்வகம் அமைப்பது, வட்டம், அரைவட்டம் அமைப்பது, செங்கோணத்தில் அமையும் சுவர்களுக்கான கயிறிடுவது போன்ற நுணுக்கங்களில் கைதேர்ந்தவர்கள். அப்போதே திசைகளைக் கணக்கிடுவதில் வல்லவர்கள் மிகச் சரியான திசைகளையும் குறித்துக் கொடுத்திருந்திருக்கிறார்கள். இன்னொரு பக்கம் கட்டுமான வேலைக்கு ஆரம்பமான இறைவழிபாடுகள் ஆயத்தமாக அனைவரும் அங்கு சென்று கடவுளை வணங்குகிறார்கள். ஒவ்வொரு பகுதிக்கான கயிறிடலும் முடிய முடிய பெருங்கொத்தனார் மனதுக்குள் இருந்த அமைப்பு கொஞ்சம் கொஞ்சமாக உருப்பெறுகிறது. அரண்மனைக்குரிய கயிறிடல் முற்றுமாய் முடிந்த பின்னர் - பார்த்தவர்கள் திகைத்துப் போனார்கள்! "இப்போதுதான் இது பேரரசர்க்குரிய இருப்பிடமாய் ஆகிறது" என்று வியந்து போற்றினர் போலும்.

அதுவரை மூவேந்தர்களில் ஒருவனாகவே இருந்த பாண்டிய மன்னனின் அரண்மனை அத்துணை பெரிதாக இருந்ததில்லை போலும். நெடுஞ்செழியனின் தந்தை அவனது இளவயதிலேயே இறந்துவிட "இளையோன் இவன் என உளையக் கூறி -- சிறு சொல் சொல்லிய சினங்கெழு வேந்தரை அருஞ்சமம் சிதையத் தாக்கி" தலையாலங்கானத்தில் பாண்டியன் பெற்ற பெரு வெற்றிக்குப்பின் அவன் தமிழகம் முழுவதையும் ஆளும் ஒரே

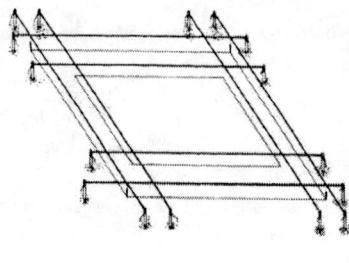

நுண்ணிதின் கயிறிட்டு

பெரும் மன்னர்க்கு ஒப்ப மனை வகுத்து

பேரரசனாக ஆன பின்னர் அந்தப் **பெரும்பெயர் மன்னன்** என்ற பெயருக்கு ஒப்ப, பழைய கட்டடங்களை இடித்துவிட்டு அங்கு ஒரு பெரும் அரண்மனை வகுக்கவே இந்த வேலை போலும்.

அடுத்துப் புலவர் கூறுவதுதான் மிகவும் வியக்கத்தக்க, விந்தையான ஒரு விவரணம். அரண்மனைக்காகத் திட்டமிட்டு ஒருநாள் உச்சிப்பொழுதில் நேரம் பார்த்து முதலில் அதன் பாகங்களை வகுக்கக் கயிறு கட்டித் தொடங்கிய கட்டுமான வேலை, எவ்வாறு மளமளவென்று நடந்து அந்த அரண்மனை உருவாயிற்று என்பதை மடமடவென்று அவர் அடுக்கிச்செல்லும் அழகை வியந்து போற்றலாம்.

ஒருங்கு உடன் வளைஇ ஓங்கு நிலை வரைப்பின்
பரு இரும்பு பிணித்து செவ்வரக்கு உரீஇ
துணை மாண் கதவம் பொருத்தி இணை மாண்டு
நாளொடு பெயரிய கோள் அமை விழு மரத்து
போது அவிழ் குவளை புதுப் பிடி கால் அமைத்து
தாழொடு குயின்ற போர் அமை புணர்ப்பின்
கைவல் கம்மியன் முடுக்கலின் புரை தீர்ந்து
ஐயவி அப்பிய நெய் அணி நெடு நிலை
வென்று எழு கொடியொடு வேழம் சென்று புக
குன்று குயின்று அன்ன ஓங்கு நிலை வாயில்
திரு நிலைபெற்ற தீது தீர் சிறப்பின்
தரு மணல் ஞெமிரிய திரு நகர் முற்றத்து

புலவர் ஒவ்வொரு கட்டமாக அடுக்கிக்கொண்டே போக நம் கண்முன் விரியும் அந்தக் கட்டிட உருவாக்கக் காட்சிகள் பிரமிப்பை ஊட்டுகின்றன. அவற்றை ஒவ்வொன்றாக மீண்டும் நினைவுக்குக் கொண்டுவந்து அசைபோடுவோம்.

ஒருங்கு உடன் வளைஇ ஓங்கு நிலை வரைப்பின்

ஒரு சேர இவ்விடங்களையெல்லாம் வளைத்து உயர்ந்த நிலையையுடைய மதிலில்,

பின்னர் மன்னன் மாளிகைக்கு உரிய எல்லாப் பகுதிகளையும் வளைத்து உயர்ந்த நிலையை உடைய மதில்களை அமைக்கின்றனர்.

நிலைகளுடன் கூடிய மதில்கள் அனைத்துப் பகுதிகளுக்கும் உருவாகின்றன.

பரு இரும்பு பிணித்து செவ்வரக்கு உரீஇ

பெரிய (ஆணிகளும் பட்டங்களுமாகிய) இரும்பால் கட்டி, சாதிலிங்கத்தைப் பூசி வழித்து,

சுவர் எழுப்பும்போதே நிலைகளும் நிறுத்தப்படும். அந்த நிலைகளை மதிலோடு பிணைக்க இரும்புக் கிளாம்புகள் (*Clamp*) நிலைகளில் பிணிக்கப்படும். நிலைகளில் இறுகப் பிணிக்கப்படும் கிளாம்புகள் மதிலுக்குள் நீட்டி வைக்கப்படும். பின்னர் இவற்றின்மேல் சுவர் எழுப்பப் படுவதால் நிலைகள் மதில்களில் இறுக்கமாகப் பிடித்துக்கொள்ளும்.

இந்த நிலையின் இருபக்கங்களிலும் கதவுகள் பொருத்தப்பட வேண்டும். அதற்கான கீல் இரும்பால் ஆனது. அதன் ஒரு பகுதி நிலையோடு சேர்த்து இறுக்கப்பட்டிருக்கும். இது ஒரு துவாரத்தைக் கொண்டிருக்கும். இதனுள் செல்லுமாறு ஒரு இரும்பு முளை உள்ள பகுதி கதவுடன் இருக்கும்.

இந்த இரும்புப் பகுதிகள் துருப்பிடிக்காமல் இருக்க அவற்றின் மேல் செவ்வரக்கு என்னும் சாதிலிங்கம் உருக்கி வார்த்து வழிக்கப்படுகிறது. அரக்கு என்பது *vermilion* எனப்படும் கனிமம் (*mineral*). இந்த அரக்கை இளக்கமாக உருக்கி நிலைகளில் ஊற்றி அவற்றின் பரப்பு முழுக்க வழித்து விடுகிறார்கள். இரும்புப் பாகங்கள் துருப்பிடிக்காமல் இருக்கவும் மரப்பாகங்களில் உள்ள நுண்ணிய சந்து பொந்துகள் அடைபடவும் அனைத்துக்கும் நிறமூட்டவும் செவ்வரக்கு வழித்துவிடப்படுகிறது.

துணை மாண் கதவம் பொருத்தி இணை மாண்டு

இரட்டையான பெரிய கதவுகளைச் சேர்த்தி, (அவை) பொருந்துதல் நன்றாக அமைந்து,

நிலைகளை நிலைநிறுத்திச் சுவர் எழுப்பிய பிறகு நிலைகளில் கதவுகள் பொருத்தப் படுகின்றன. **துணைமாண்** கதவம்

என்பது இரட்டைக் கதவுகள். சாதாரண மக்கள் தங்கள் மனைகளில் ஒற்றைக் கதவுகளே பொருத்துவர். செல்வர்களும் மன்னர்களுமே இரட்டைக் கதவுகள் மாட்டுவதால் அது இங்கே குறிப்பிட்டுச் சொல்லப்படுகிறது. பல பாகங்களைக் கொண்டு கதவு செய்யப்படுதலால் அந்தப் பாகங்கள் மிகச் சரியாகப் பொருத்தப்படுகின்றன. அதுவே **இணை மாண்டு** எனப்படுகிறது.

நாளொடு பெயரிய கோள் அமை விழு மரத்து
போது அவிழ் குவளை புது பிடி கால் அமைத்து

நாளின் பெயர் கொண்ட கோள் (உத்தரம்) நன்றாக வடிவமைக்கப்பட்ட சிறந்த கட்டைகளில் மொட்டாக இருந்து மலர்கின்ற குவளை (போன்ற) புதிய கைப்பிடிகளையும் அடிப்பகுதியுடன் செய்து அந்தக் கதவுகளில் குறுக்காகத் தடித்த மரக்கடைகள் வைத்து இறுக்கப்படுகின்றன. இவற்றுக்கு உத்தரக் கட்டைகள் என்று பெயர். உத்தரம் என்பது ஒரு விண்மீன். இது ஒரு நாளுக்குரிய விண்மீனாதலால் நாள்மீன் எனப்படும். இதே பெயரில் மரக்கட்டையையும் அழைப்பதால், உத்தரக்கட்டையை நாள்மீன் பெயர்கொண்ட கட்டை என்கிறார் புலவர். இந்தக் கட்டைகள் கதவுப் பலகைகளுடன் தடித்த ஆணிகளால் இணைக்கப்படும். அழகுக்காக அந்த ஆணிகளின் கொண்டை குமிழ்போல் செய்யப்பட்டிருக்கும். கைக்கு எட்டிய உயரத்தில் கைப்பிடி பொருத்தப்படுகிறது. இந்தக் கைப்பிடிக்கு அடிப்பகுதியாக அழகிய குவளைப்பூ போன்ற வேலைப்பாடு கொண்ட மரச்சிற்பங்களும் சேர்த்துப் பொருத்தப்படுகின்றன. பொதுவாக நடுக்கட்டையில் இருக்கும் நடு ஆணியில் மலருக்குப் பதிலாகக் கைப்பிடிகள் இணைப்பார்கள். இந்தக் கைப்பிடிகள் வட்ட வடிவில் இருக்கும்.

தாழொடு குயின்ற போர் அமை புணர்ப்பின்

தாழ்ப்பாழோடு சேரப்பண்ணின, பொருத்துவாய் (நன்றாக) அமைந்த சேர்க்கையுடன்,

அதன் பின்னர் இரண்டு கதவுகளையும் சேர்த்துப் பூட்டும் தாழ்ப்பாள் பொருத்தப்படுகிறது. தனித்தனியாக நிலையின் இரு பக்கங்களிலும் இவ்வாறு பொருத்தப்பட்ட இரண்டு கதவுகளும் இப்போது ஒன்று சேர்க்கப்படுகின்றன. சேர்க்கப்படும்போது இரண்டு கதவுகளும் மிகச் சரியாகப் பொருதுமாறு பொருத்து வாய் அமையவேண்டும். இது சற்று கடினமான வேலை.

புதுப் பிடி கால்

தாழொடு குயின்ற ..

சாதாரண வீடுகளிலேயே தச்சர்கள் இதைச் சரியாகச் செய்யச் சிரமப்படுவர். அரண்மனைக் கதவுகள் அல்லவா? இதற்குத் திறமைசாலிகள் வேண்டும்.

கைவல் கம்மியன் முடுக்கலின் புரை தீர்ந்து

திறமையான தச்சன் முடுக்குவதினால் இடைவெளியின்றி

-தொழில்வல்ல தச்சன் இடைவெளி இல்லாதவாறு ஆணிகளை நன்றாக முடுக்குகின்றான். புரை என்பது குற்றம். இங்கே பொருத்தப்படும் கதவுகளுக்கு இடையேயான இடைவெளி.

ஐயவி அப்பிய நெய் அணி நெடு நிலை
வெண்சிறுகடுகு அப்பிய நெய்யணிந்த உயரமான நிலை

அரண்மனையின் நுழைவாயில் நிலை இது. இந்த நிலையில் தெய்வங்கள் உறைகின்றன என்பது நம்பிக்கை. எனவே அந்நிலைக்கு ஐயவியும் நெய்யும் அப்பி வழிபாடு செய்வது அன்றைய வழக்கம்.

வென்று எழு கொடியொடு வேழம் சென்று புக
குன்று குயின்று அன்ன ஓங்கு நிலை வாயில்

வெற்றிகொண்டு உயரும் கொடிகளோடு யானைகள் போய் நுழையும்படி (உயர்ந்த),

பாறைக்குன்றைச் செதுக்கியதைப் போன்ற கோபுரத்தை (மேலே) உடைய வாயில்களையும்;

யானையின் மேல் உயர்த்திப் பிடித்த வெற்றிக் கொடிகளோடு உள்ளே நுழைகின்ற அளவுக்குப் பாறையின் குன்றைச் செதுக்கியது போன்ற உயர்ந்த வாயில் அமைக்கின்றனர்.

நீண்ட நேரம் கழித்து இங்கு ஓர் உவமையைப் பார்க்கிறோம் **- குன்று குயின்று அன்ன**

நாம் இதுவரை கண்ட உவமைகள்:-

1.குன்றுகுளிர்ப்(பு) **அன்ன** கூதிர்ப் பானாள் - 12

2.பொன்**போல்** பீரமொடு புதல்புதல் மலர - 14

3முழுமுதல் கமுகின் மணி**உறழ்** எருத்தின் - 23

4.ஆறுகிடந்(து) **அன்ன** அகல்நெடும் தெருவில் - 30

5.மெத்தென் சாயல் முத்(து)**உறழ்** முறுவல் - 37

6.கொள்**உறழ்** நறுங்கல் பலகூட்டு மறுக - 50

7.குன்றுகுயின்(று) **அன்ன** ஓங்குநிலை வாயில் - 88

இதுவரை புலவர் பாடிய 88 அடிகளில் அவர் பயன்படுத்திய ஏழாவது உவமை இது. அதாவது சராசரியாக 12 அடிகளுக்கு ஒருமுறை அவர் உவமையைக் கையாண்டிருக்கிறார். பொதுவாக நாம் மட்டுமே பார்த்த ஒரு காட்சியை வேறு ஒருவரிடம் விளக்கும்போது காட்சியை முழுதும் விளக்கமுடியாமலோ அல்லது காட்சியைப் பெரிதுபடுத்திக் காட்டுவதற்கோ உவமைகளைக் கையாள்வோம். ஆனால் இங்குதான் புலவர் நமக்கு நேரிடையாகக் காட்சிகளைக் கண்ணுக்கு முன்னாலேயே காட்டிவிடுகிறாரே! எனவே அவருக்கு உவமைகள் அதிகமாய்த் தேவைப்படவில்லை. இருவர் ஒருசேர ஒரு காட்சியைக் கண்டாலும் சில நேரங்களில் உவமைகளைப் பயன்படுத்துவோம்.

"அந்த பீர்க்கம்பூவப் பாரேன்"

"எது பீர்க்கம்பூ?"

"அந்தா, தங்கம் போல தகதக -ன்னு இருக்கு பாரேன்! அது" **(பொன் போல் பீரம்)**

"அந்தக் கமுக மரத்துக் கழுத்தப் பாரேன்"

"கமுகுக்கு ஏது கழுத்து?"

"ஒங் கழுத்துல இருக்கிற நீலக்கல் நிறத்துல இருக்குல்ல அதுதான் கழுத்து" **(மணிஉறழ் எருத்தின்)**

"யம்மா என்னா ஒசரம் - இந்த வாசலு? மலயவே கொடஞ்ச மாதிரி!!"

இதைப்போன்ற இயற்கையான உவமைகளையே புலவர் இதுவரை எடுத்தாண்டு இருக்கிறார்.

திரு நிலைபெற்ற தீது தீர் சிறப்பின்

செல்வம் நிலைபெற்ற குற்றமற்ற சிறப்பினையுடைய,

செல்வம் நிலைபெற்ற, குற்றமற்ற சிறப்பினையுடைய ஓர்

அழகிய வீடாக அது அமைகின்றது.

தரு மணல் ஞெமிரிய திரு நகர் முற்றத்து

கொண்டுவந்த மணலைப் பாவி இறுக்கமாக்கப்பட்ட அழகிய வீட்டின் முற்றத்தில்,

அரண்மனை கட்டி முடிந்த பின்னர் மாளிகையின் முன்பக்கம்

குன்று குயின்றன்ன

ஓங்கு நிலை வாயில்

திறந்த வெளியில் புதிய மணல் கொணர்ந்து பாவுகிறார்கள். ஞெமிருதல் என்பது பரப்புதல். தட்டு நிறைய மணல் எடுத்துத் தலைக்கு மேலே கொஞ்சம் முன்பக்கம் தூக்கிப் பிடித்துச் சற்றே கீழிறக்கித் தட்டை வேகமாக ஒரு சுழற்றுச் சுழற்றுவார்கள். வட்டமாகப் பறந்து வெளிவரும் மணல், பரவலாகக் கீழே விழும் - நாலாபக்கங்களிலும் ஒரே சீராக. அதுதான் ஞெமிர்தல் - துடித்துச் சிதறிச் சீராகப் பரவுதல்.

வரைமுதல் இரங்கும் ஏறொடு வான்**ஞெமிர்ந்து**

சிதரல் பெரும்பெயல் சிறத்தலின் - (மதுரைக். 243-244)

என்ற மாங்குடி மருதனாரின் அடிகள் நினைவுக்கு வந்தன.

வாயில் முன் நம்மை நிறுத்தி அந்த வளாகம் எழுப்பப்பட்டதன் தொடக்க வரலாற்றை நமக்குச் சொல்லி, நமது நினைவுகளைப் பின்னோக்கி இழுத்துச் சென்ற புலவர் படிப்படியாக நம்மை முன்னோக்கி நடத்தி இறுதியில் நம் கண்முன் முற்றத்தில் விரிந்திருக்கும் புதுமணற் பரப்பைக் காட்டி இந்த நனவுலகத்துக்கே மீண்டும் கொண்டு வந்து நிறுத்தி விடுகிறார். புலவரின் இத்திறத்தை எண்ணி வியந்தவாறே முற்றத்தைச் சுற்றிலும் நோட்டம் விடுகிறோம்.

அங்கே

இப்பகுதியில் நாம் கண்ட காட்சிகளும் அவற்றுக்கான

காலங்களும்:

குன்று குயின்று அன்ன ஓங்கு நிலை வாயில்

தரு மணல் ஞெமிரிய திரு நகர் முற்றத்து - இரவு 10 - 11 மணி

பின்குறிப்பு:

1. இப்பொழுது நாம் கார்(car) என்று கூறும் வாகனத்தை ஒரு காலத்தில் pleasure car என்று கூறுவார்கள். கிராமங்களில் இன்னும் அது பிளசர் என்றே அழைக்கப்படுகிறது. முதலில் அது மகிழ்வுந்து என மொழிபெயர்க்கப்பட்டது. பேருந்து, சிற்றுந்து போன்ற சொற்கள் நிலைத்துவிட்டபோதும் மகிழ்வுந்து எடுபடவில்லை. நாமும் கார் என்றே கூறுவோம்.

ஒரு கார் தயாரிக்கும் நிறுவனம், தங்களின் விளம்பரத்தில் தங்கள் கார் தயாரிக்கப்படும் முறையை மிக விரைவாகக் கூறவேண்டும் என வைத்துக்கொள்வோம். முதலில் காரின் மொட்டையான அடிப்பகுதி வந்து நிற்கும். பின்னர் காரின் இயந்திரத்தின் ஒவ்வொரு பகுதியாக வந்து ஒட்டிக்கொள்ளும். பல கோணங்களிலிருந்து சக்கரங்கள் வந்து சேர்ந்துகொள்ளும். இதைப்போலவே காரின் அனைத்துப் பாகங்களும் ஒவ்வொரு மூலையிலிருந்து வந்து சட்-சட்'டென்று ஒட்டிக்கொள்ளும். ஐந்து நொடிகளில் ஒரு முழுமையான கார் உருவாகி நிற்கும். பின்னர் மேலிருந்து அழகிய வண்ணம் இறங்கிவந்து வண்ணமூட்டும். காரின் கதவுகள் மெல்லத் திறக்கும். உள்ளே வசதியான சாதனங்கள், வாளிப்பான இருக்கைகள் எனக் காரின் மொத்த அழகும் பொலிவுபெறத் தோன்றும். இது இன்றைய வணிக உத்தி.

அரண்மனை கட்டப்பட்ட வரலாற்றை நமக்கு விளக்கும் முகத்தான் நக்கீரர் கையாளும் உத்தியே இதற்கெல்லாம் முன்னோடி. நம் இலக்கியங்களை ஊன்றிப் படித்தால் இதுபோல் எத்தனை உத்திகள் நமக்குக் கிடைக்குமோ?

←▲→

10
ஆடவர் குறுகா அருங்கடி வரைப்பின்

புலவரின் பாடல் வரிகளால் மடமட வென்று எழும்பிக் கம்பீரமாய் நிற்கும் அரண்மனை திடீரென்று உயிர்பெறுகிறது. ஆம், இப்போது நாம் பாண்டியன் அரண்மனைக்குள் நிற்கிறோம். நக்கீரர் நமக்குக் காட்டிய பண்டைய நிகழ்ச்சிகளின் நினைவுகளினின்றும் மீண்டு தரையில் பாவிய தண்மணல் காலில் பட்டவுடன் நடைமுறை உலகத்துக்கு வந்த நமது காதுகளில் நானாவித ஒலிகள் விழுகின்றன.

நெடு மயிர் எகினத் தூ நிற ஏற்றை
குறும் கால் அன்னமோடு உகளும் முன்கடை

நீண்ட மயிரினையுடைய எகினத்தின் தூய (வெண்) நிறத்தையுடைய ஏற்றை (ஆண்)
குட்டைக் கால்களையுடைய அன்னத்துடன் தாவி விளையாடும் முன்வாசல் --

முன் வாசலில் நெடுமயிர் கொண்ட எகினத்தின் தூய்மையான வெள்ளைநிற ஆண், குறுங்கால் அன்னத்துடன் ஓடிப்பிடித்து விளையாடிக்கொண்டிருக்கிறது. அவ்வப்போது அவை எழுப்பும் ஓசை அந்த அமைதியான சூழ்நிலையில் பெரிதாகவே கேட்கிறது.

நெடுமயிர் எகினம் (?)

குறுங்கால் அன்னம்

நக்கீரர் நடைப்பயணம் (நெடுநல்வாடை)

பணை நிலை முனைஇய பல் உளைப் புரவி
புல் உணாத் தெவிட்டும் புலம்பு விடு குரலொடு

கொட்டிலில் நிற்பதை வெறுத்த நிறைந்த பிடரி மயிரையுடைய குதிரைகள்

புல் உணவை வாய் நிறைய மெல்லும்போது ஏற்படும் தனிமையைக் கெடுக்கும் ஓசையோடு

பணை நிலை முனைஇய பல் உளைப் புரவி

புரவி புல் உணாத் தெவிட்டும்

இன்னொரு பக்கம் - கொட்டிலில் நின்றுகொண்டிருக்கும் நிறைந்த பிடரிமயிருடைய குதிரைகள் அங்கேயே நின்றுகொண்டு இருப்பதினால் வெறுத்துப் போயிருக்கின்றன. அவை தங்கள் புல்லுணவை வாய்க்குள் குதப்பிக்கொண்டு வருத்தத்துடன் கனைக்கும் ஓசை கேட்கிறது.

நிலவுப் பயன் கொள்ளும் நெடு வெண் முற்றத்து
கிம்புரிப் பகு வாய் அம்பணம் நிறைய
கலிழ்ந்து வீழ் அருவி பாடு விறந்து

நிலாவின் பயனை அரசன் நுகரும் நெடிய வெள்ளிய நிலாமுற்றத்திலுள்ள
நீர்த்தூம்பின் (மீனின்) பிளந்த வாயாகப் பகுத்த உருளி நிறைகையினால்,
கலங்கி விழுகின்ற அருவியின் ஓசையும் செறிந்து

அரண்மனை கிழக்குப் பார்த்தது. முழுநிலவின் முழுப்பயனை அடைய முதல் மாடியின் முன்பக்கம் திறந்த வெளியாய் இருக்கிறது. அதன் சுவர்கள் வெள்ளை நிறத்தனவாய் நிலவொளியைப் பளிச்சென்று காட்டும்வண்ணம் இருக்கின்றன. காலையில் இறங்கிய மழை இன்னும் தூறிக்கொண்டேதான் இருக்கிறது. மழைநீரை வெளியில்விட நீர்த்தூம்புகள் அமைக்கப் பட்டிருக்கின்றன. அதன் திறந்த வாய் வெறும் வட்டமாக இராமல் வாய்பிளந்த மீன்போல அமைந்திருக்கின்றன. அந்த நீர்த்தூம்புகளினின்றும் மழைநீர் அருவிபோல் கொட்டும்

89

ஓசையும் இவற்றுடன் சேர்ந்து கேட்கிறது.

கிம்புரிப் பகுவாய்

மன்னன் இப்போது அரண்மனையில் இல்லாததினால் அரண்மனை பரபரப்பின்றிக் காணப்படுகிறது. அந்த அமைதியான சூழ்நிலையில் அன்னங்களின் விளையாட்டு ஓசையும் குதிரைகளின் கனைப்பும் மழைநீர் விழும் ஓசையுமே பேரொலிகள் போல் கேட்கின்றன.

-------   -------   -------   அயல
ஒலி நெடும் பீலி ஒல்க மெல் இயல்
கலி மயில் அகவும் வயிர் மருள் இன் இசை

(அதற்கு) அடுத்து உள்ள
தழைத்த நெடிய தோகை (ஒரு பக்கம்) ஒதுங்க, மெல்லிய இயல்பினையுடைய
செருக்கின மயில் ஆரவாரிக்கும், ஊது கொம்பின் ஓசையோ என்று எண்ணத்தோன்றும் இனிய ஓசை

இந்த ஒலிகளுடன், நமக்கு இடப்பக்கத்திலிருந்து - சற்றுப் பின்தள்ளி - மயில்கள் அகவும் ஒலியும் காற்றைக் கிழித்துக்கொண்டு வந்து சேர்ந்து ஒலிக்கிறது. எட்டிப் பார்க்கிறோம். தழைத்து நீண்ட தோகையைத் தரையில் இழுத்துக்கொண்டு மென்னடை பயிலும் மயிற்கூட்டம் கொம்பூதுவது போல் அகவிக்கொண்டு இருக்கின்றன.

ஒலி நெடும்பீலி ஒல்க . . கலிமயில்   கலி மயில் அகவும்

பேரரசன் மாளிகை ஆளரவமற்றுக் கிடக்கிறது. ஆட்கள் பயமின்றி ஓடிவிளையாடும் அன்னங்கள் - மேனாட்டுக் குளிர் பொறுக்கமாட்டாமல் புலம்பெயர்ந்து கீழ்நாடுகளுக்கு வந்த பறவைகள் - மனையுறுத்தப்பட்டவை - இவற்றுக்கு நம் ஐப்பசி-கார்த்திகை அடைமழைக் குளிர் இதமான மிதவெப்பம்!

அன்னங்களொடு உகளும் எகினங்கள் - அன்னத்தின் இன்னொரு வகை அல்லது அது இமயமலைச் சாரலில் காணப்படும் கவரிமான் என்பர். எப்படியிருப்பினும் இவை தமிழ்நாட்டைச் சேர்ந்தவை அல்ல. எனவே இவையும் குளிருக்கு அஞ்சா.

பயிற்சிக்கு வெளிச்செல்லாமல் பணைநிலையில் நின்றே தவித்துப்போன நிலைகொள்ளாக் குதிரைகள் - அரபு நாட்டிலிருந்து நீரின் வந்த நிமிர்பரிப் புரவிகள் - கடுமையான வெப்பமும் கடுங்குளிரும் தாக்கும் அரபுப் பாலைவனங்களில் பிடிபட்டுப் பழக்கப்படுத்தப்பட்டவை - நம் கூதிர் காலம் அவற்றுக்கு ஒரு பொருட்டல்ல.

குதூகலமாய்த் திரியும் கொத்து மயில்கள் - மழையைக் கண்டால் பீலி தூக்கி ஆடும் மயில்கள் கூவிக்கொண்டிருக்கின்றன.

குளிரால் இவை எதுவும் பாதிக்கப்படவில்லை. மாறாக அரசன் இல்லா அரண்மனை மட்டும் ஆளரவமின்றி அமைதியாக இருக்கிறது.

அயல என்று புலவர் கூறுவதை இங்கு உற்றுக் கவனிக்கவேண்டும். மன்னனின் அரண்மனைக்குச் சற்றுத் தள்ளி (இடது பக்கம் சற்றுப் பின்தள்ளி) என்ன நடக்கிறது - அங்கு என்ன இருக்கிறது என்று கூற வருகிறார் புலவர்.

அங்கு என்னதான் இருக்கிறது?

நளி மலைச் சிலம்பின் சிலம்பும் கோயில்

அடர்ந்த மலையின் (காணப்படும்) ஆரவாரம்போல - ஆரவாரிக்கும் கோயில்;

ஆம்! அடர்ந்த மலையின் ஆரவாரம் போன்று ஆரவாரம் கொண்ட இன்னோர் அரண்மனை இருக்கிறது. அதன் முன்னால் அங்குமிங்கும் சில ஆட்கள் பரபரப்பாக நடந்துகொண்டு இருக்கிறார்களே!

யவனர் இயற்றிய வினை மாண் பாவை
கை ஏந்து ஐ அகல் நிறைய நெய் சொரிந்து
பரூஉத் திரி கொளீஇய குரூஉத் தலை நிமிர் எரி
அறுஅறு காலைதோறு அமைவரப் பண்ணி
பல் வேறு பள்ளிதொறும் பாய் இருள் நீங்க

யவனர் செய்த தொழில் திறத்தில் உயர்ந்த பெண்சிலையின் கைகளில் ஏந்தியிருக்கின்ற வியப்பைத்தரும் அழகுடைய தகளி நிறைய நெய் சொரிந்து,

பருத்த திரிகளைக் கொளுத்தி, (செந்)நிறமான தழல் மேல்நோக்கி எரிகின்ற சுடரை,

(நெய்) வற்றிப் போகும்போதெல்லாம் (நெய்வார்த்துத் திரிகளை) தூண்டி

(அரண்மனையின்) பலவிதமான இடங்கள்தோறும் பரந்த இருள் நீங்கும்படி,

அரண்மனையில் முற்றத்தை ஒட்டிய தாழ்வாரத்தில் யவனர் செய்த, சிறந்த வேலைப்பாடு மிக்க பாவை விளக்குகள் இருக்கின்றன. அவற்றின் ஏந்திய கைகளில் உள்ள வியத்தகு அழகுடைய தகளி நிறைய நெய் சொரிந்து பருத்த திரிகளைக் கொளுத்துகிறார்கள்.

சிவந்து மேல்நோக்கி எரியும் சுடர், நெய் வற்றிக் குன்றும் போதெல்லாம் நெய்யூற்றித் திரிகளைத் தூண்டிவிடுகிறார்கள். இவ்வாறாக அரண்மனையின் பல்வேறு இடங்களிலும் பரவிக் கிடக்கும் இருளைப் போக்குகிறார்கள்.

மதுரைக்குள் நுழையும்போதே புறநகர்ப் பகுதியில் வேண்டுவயின் திரிதரும் இருகோட்டு அறுவையரான யவனர்களைப் பார்த்தோம். இந்த யவனர்கள் தங்கள் நாட்டிலிருந்து கொண்டுவந்ததோ அல்லது இங்கேயோ வார்ப்பு

பாவை விளக்கு

குரூஉ தலை நிமிர் எரி

குரூஉ தலை நிமிர் எரி

உலைகளை அமைத்து இயற்றியதோ மிகுந்த கலைநுட்பத்துடன் அமைந்த வேலைப்பாடுகளுடன் கூடிய அழகிய பாவை விளக்குகள் அலங்காரமாக அரண்மனையை அழகுபடுத்துகின்றன.

இப்போது அயல கூவும் மயில்களைப் பார்க்க எட்டிப் பார்க்கும்போது புலவரின் கரம் நம்மைத் தடுப்பதுபோல் உயர்கிறது.

பீடு கெழு சிறப்பின் பெருந்தகை அல்லது
ஆடவர் குறுகா அரும் கடி வரைப்பின்

பெருமை பொருந்தின தலைமையினையுடைய மன்னனைத் தவிர

(மற்ற) ஆண்கள் கிட்டே(யும்) வராத கடும் காவலையுடைய மனைக்கட்டுக்களின்,

அரண்மனையின் அந்தப்புரம் பீடுகெழு சிறப்பின் பெருந்தகையான மன்னன் அல்லது வேறு ஆடவர் குறுகா அரிய காவலை உடைய மதிலையுடையது.

இனி என்ன செய்யலாம் என்ற ஏமாற்றத்துடன் புலவரின் முகத்தைப் பார்க்கிறோம். சிரித்துக்கொண்டே புலவர் கூறும் மொழிகள் நம்மைத் திகைப்பில் ஆழ்த்துகின்றன.

இப்பகுதியில் நாம் கண்ட காட்சிகளும் அவற்றுக்கான காலங்களும்:

பீடு கெழு சிறப்பின் பெருந்தகை அல்லது

ஆடவர் குறுகா அரும் கடி வரைப்பின - இரவு 11 - 11:30 மணி.

←▲→

அன்று பாண்டியன் அரண்மனை (ஓர் அனுமானம்) - பின்னர் ஆலவாய் அண்ணல் கோவில்
சுந்தரேஸ்வரர் கோவில் - மீனாட்சி சுந்தரேஸ்வரர் கோவில்
இன்று - மீனாட்சியம்மன் திருக்கோவில்.

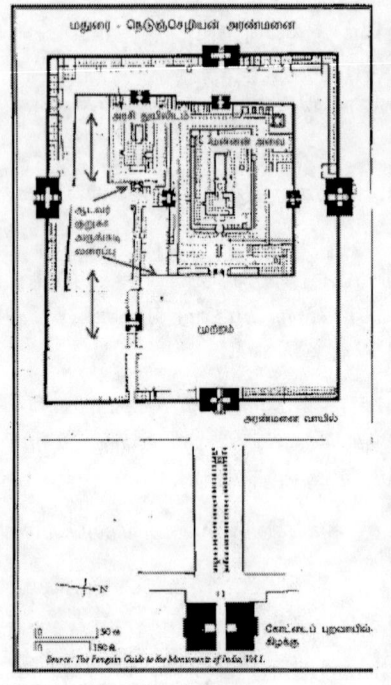

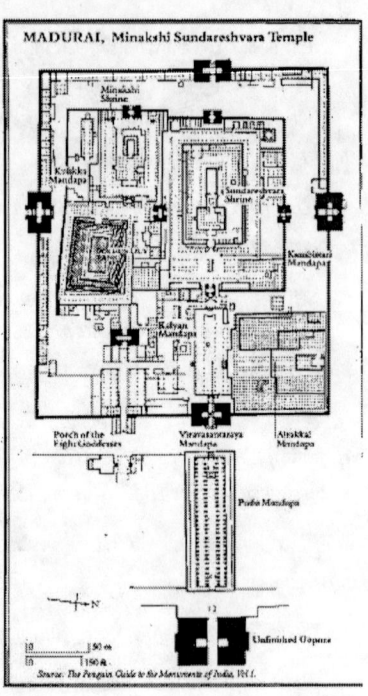

Source: The Penguin Guide to the Monuments of India, Vol I.

Source: The Penguin Guide to the Monuments of India, Vol I.

படம் 1 இல் மன்னன் அரண்மனைக்கு அயலே அரசியின் அந்தப்புரம் இருப்பதைக் கவனியுங்கள். இன்றைய கோவிலின் அமைப்பும் அவ்வாறே இருப்பதைக் காணலாம்.

இதனால்தான் பாடலில் **அயல** என்று புலவர் கூறுவதை உற்றுக் கவனிக்க வேண்டும் என்று முன்னர் குறிப்பிட்டேன்.

←▲→

11

கருவொடு பெயரிய காண்பின் நல்லில்

அரண்மனையின் அந்தப்புரம் பீடுகெழு சிறப்பின் பெருந்தகையான மன்னன் அல்லது வேறு ஆடவர் குறுகா அரிய காவலை உடையது.

வரை கண்டு அன்ன தோன்றல வரை சேர்பு
வில் கிடந்து அன்ன கொடிய பல் வயின்
வெள்ளி அன்ன விளங்கு சுதை உரீஇ
மணி கண்டு அன்ன மாத் திரள் திண் காழ்
செம்பு இயன்று அன்ன செய்வு உறு நெடும் சுவர்
உருவப் பல் பூ ஒரு கொடி வளைஇ
கருவொடு பெயரிய காண்பு இன் நல் இல்

மலைகளைக் கண்டாற் போன்ற உயர்ச்சியையுடையவாய், மலைகளைச் சேர்ந்து
(வான)வில் கிடந்தாற் போன்ற (பல்வேறு நிறக்) கொடிகளையுடையவாய், பலவிடங்கள்தோறும்
வெள்ளியைப் போன்ற ஒளிரும் சாந்தை வாரிப்பூசி,
(நீல)மணியைக் கண்டதுபோன்ற கருமையும் திரட்சியுமுடைய திண்ணிய தூண்கள்,
செம்பினால் பண்ணினாற் போன்ற (சிறப்பாகச்)செய்தலுற்ற நெடிய சுவரில்,
வடிவழகு கொண்ட பல பூக்களையுடைய ஒப்பில்லாத கொடியை வரைந்து,
கருவோடு பெயர்பெற்ற காட்சிக்கினிய நல்ல இல் (கர்ப்பக் கிருகம் - கருவறை) - (அதனுள்ளே)

வில்லிலிருந்து அடுத்தடுத்துப் புறப்படும் அம்புகள் போல் விர் விர் -ரென்று உவமைச் சரங்கள் நம் காதைத் துளைத்துச்

செல்வதால் திகைத்துப்போய் நிற்கிறோம். விட்ட குதிரை விசைப்பின் அன்ன அவை வந்து விழும் வேகத்துக்கு ஈடுகொடுத்துச் சமாளித்து அவற்றை அசைபோட்டுப் பார்க்கிறோம்.

அந்தப்புரத்தின் முகப்பு - மலையைக் கண்டாற்போன்ற உயர்ந்த தோற்றத்தை உடையது. மலையை அருகிருந்து பார்க்கும்போது அதன் முழு அழகும் தெரியாது. சற்றே தொலைவிலிருந்து பார்த்தால் அது நிமிர்ந்து நிற்கும் கம்பீரம் பார்ப்பவர் மனதைக் கொள்ளை கொள்ளும். அதைப்போலவே அரண்மனை முற்றத்திலிருந்து சற்றே பின்வாங்கி இருக்கும் அந்தப்புரத்தை அரை இருட்டில் எட்டிப் பார்த்து மாளிகையின் நிழலுருவைக் *(silhouette)* கண்டு பிரமித்துபோய் நிற்கிறோம்.

வரை கண்டன்ன

வரை கண்டன்ன தோன்றல ....
வெள்ளி அன்ன விளங்கு சுதை உரீஇ

மாளிகையின் உச்சியில் கொடிகள் பறந்து கொண்டிருப்பதைப் பாவை விளக்கின் பரூஉத் திரியினின்றும் வரும் விளக்கொளியின் குறை வெளிச்சத்தில் பார்க்கிறோம். உண்மையில் அவை பல வண்ணக்கொடிகள் - ஒரு வானவில்லைப்போல் வண்ணக் கோலம் போடுகின்றன என்கிறார் புலவர்.

வெள்ளியைப் போன்று ஒளிரும் சாந்தை வாரிப்

வில் கிடந்தன்ன கொடிய

மணி கண்டன்ன மாத்திரள் திண் காழ்

பூசியிருக்கிறார்கள். வெண்சாந்து பூசியதால் வெள்ளை வெளேர் என்றிருக்கும் புற மதில்கள் விளக்கு வெளிச்சத்தில் வெள்ளியாய் மின்னுகின்றன.

உட்புறத்தே நீலமணியைக் கண்டாற்போன்ற கறுத்த, திரண்ட, திண்ணிய தூண்கள் இருக்கின்றன என்கிறார் புலவர்.

செம்பு இயன்றன்ன செய்வுறு நெடுஞ்சுவர்

செம்பினால் செய்தாற்போன்ற சிறப்பாகச் செய்த நீண்ட சுவர்களில் வடிவழகுடன் கூடிய பல பூக்கள் கொண்ட ஒப்பில்லாத கொடிகள் வரையப்பட்டிருந்தன.

நம்மைக் கொஞ்சம் கொஞ்சமாகத் தம் வருணனைகளாலேயே அந்தப்புரத்தினுள்ளே இழுத்துக்கொண்டு செல்கிறார் புலவர். நிற்பது வெளியே என்றாலும் நீண்டு உள்ளே செல்கின்றன நம் மனக்கண்கள்.

அந்தப்புரத்தின் கோடியில் இருக்கிறது கருவொடு பெயரிய காண்பு இன் நல் இல். அதுதான் அரசியின் பள்ளியறை. அதனைக் கருவறை என்கிறார் புலவர். அது காண்பதற்கு இனிய நல்ல அறை என்றும் கூறுகிறார்.

நம் உள்ளத்தில் இரு ஐயங்கள் எழுகின்றன. முதலில் புலவரின் பாடுமுறையில் திடீரென்று ஒரு மாற்றம் வெளிப்படையாகவே தெரிகிறது. இதுவரை அவர் கூறிய ஏறக்குறைய 90 அடிகளில் 7 உவமைகளைத்தான் பயன்படுத்தியிருக்கிறார் என்று கண்டோம். காட்சியை நேரில் காட்டுவதில் அத்துணை திறமை மிக்கவர் நம் புலவர் என்று பெருமிதமும் கொண்டோம். அவருக்கு உவமைகள் தேவையில்லாமற் போனதற்கு இன்னொரு காரணம்

இதுவரை புலவர் தம் கண்முன்னே இருப்பவற்றைத்தான் நமக்குக் கூறிக்கொண்டுவருகிறார். ஆறுகிடந்தன்ன அகல்நெடுந் தெருவில், முழுமுதற் கமுகின் மணியுறழ் எருத்தின் போன்ற உவமைகள்கூட வியப்புக்குறிகளாக வெளிப்பட்டனவே அன்றி விளக்குமுகத்தான் புலவர் அவற்றைக் கையாளவில்லை இப்போது திடீரென அந்தப்புரத்தைப் பற்றிச் சொல்ல வந்த புலவர் 7 அடிகளில் 5 உவமைகளைக் கூறுகிறார் - அதுவும் அடுத்தடுத்து. **..வரை கண்டு அன்ன... வில் கிடந்து அன்ன... வெள்ளி அன்ன ... மணி கண்டு அன்ன... செம்பு இயன்று அன்ன...** என்று புலவர் விரைவாக விடும் சரங்கள் அடுத்தடுத்து வந்து நம்மை அசரவைக்கின்றன. இதற்குக் காரணம் இல்லாமல் இல்லை. இதுவரை நக்கீரர் தம் விளக்குதிறத்தால் சொல்ல வந்ததைத் திறம்படக் காட்சிப்படுத்தி விடுகிறார். இப்போது அவர் சொல்வதில் அரையிருட்டில் தெரியும் அந்தப்புர முகப்பைத் தவிர மற்றவை அவருமே நேரில் கண்ணால் காண்பன அல்ல. தான் மனக்கண்ணால் காணும் காட்சிகளை நமது மனக்கண் முன்னால் கொண்டுவர அவருக்கு உவமைகள் தேவைப்படுகின்றன. "அதோ பார் எத்துணை உயரமான கட்டிடம்" என்று தெளிவாகக் காட்ட முடியாததை வரை கண்டன்ன தோன்றல என்கிறார். "கண்ணைக் கவரும் நிறங்களுள்ள கொடிகளைப் பார்" என்று சொல்ல முடியாதபோது வில் கிடந்தன்ன கொடிய என்கிறார். "சுவர்கள் என்ன வழுவழுப்பு" என்று தொட்டுக்காட்ட முடியாதபோது "செம்பு இயன்றன்ன .. நெடுஞ்சுவர்" என்கிறார்.

அடுத்து நமக்கு வரும் ஐயம் - சொல்வதற்குச் சற்றுத் தயக்கமாக இருக்கிறது. **ஆடவர் குறுகா அருங்கடி வரைப்பு** என்று சொன்னாரே புலவர் - இவருக்கு மட்டும் அரசியின் பள்ளியறை வரை அந்தப்புரத்தின் அமைப்பு எப்படித் தெரியும்? என்னதான் அரசவைப் புலவர் என்றாலும் அரசியின் அந்தரங்க அறையைப் பற்றி இவர் பேசுவது ஐயத்தைக் கிளப்பாதா? "உங்களுக்கு இது எப்படித் தெரியும்?" என்று புலவரிடம் கேட்பது எப்படி? அவருக்குத் தெரியும், *Ceaser s wife should be above suspicion* என்பது யவனப் பழமொழி. இந்த மாதிரி எவரும் நினைக்கவும் கூடாது என்பதற்காகவே புலவர் நம்மை அரண்மனை வாசலில் நிறுத்தி உள்ளே அழைக்கும் முன்னர் அந்த அரண்மனை எவ்வாறு கட்டப்பட்டது என்பதை நமக்குக் கூறுகிறார். **"நூலறி புலவர் நுண்ணிதின் கயிறிட்டு"** என்று

அவர் கூறுவது தேவையற்ற பின்னோக்குக் காட்சி என்று சிலர் நினைத்திருக்கலாம். ஆனால் இந்த வளாகம் அடித்தளத்திலிருந்து உருவான கதை எனக்குத் தெரியும். ஏன்? இங்குள்ள ஒவ்வொரு முழமும் சாணும் விரற்கடையும் எனக்குத் தெரியும் என்று கூறுமுகமாகத்தான் நூலறி புலவர் நுண்ணிதின் கயிறிட்டதைக் கூறுகிறார். இந்தக் கட்டிடங்கள் எழுப்பப்படும்போது எத்தனை முறை புலவர் அங்கு வந்து பார்த்திருப்பார்! என்னென்ன கருத்துக்கள் கூறியிருப்பார்! அந்தப்புரம் வெறும் கட்டிடமாக இருந்தபோது அதன் ஒவ்வொரு பாகத்தையும் நுணுக்கமாகப் பார்த்திருப்பார். அரசி குடியேறிய பின்னர்தான் அது ஆடவர் குறுகா அருங்கடி மனை ஆகிறது. எனவே இப்போது அங்கு செல்லமுடியாது என்ற சூழ்நிலையில் அவர் உவமைகள் மூலமாக, தான் அன்று கண்ட காட்சிகளை நம் மனக்கண் முன்னே அப்படியே கொண்டுவந்து காட்டுகிறார். புலவர் என்ன சொன்னாலும் அது சரியாகத்தான் இருக்கும் என்று வாளாவிருந்து விடுவதைவிட அவரைக் கேள்விகள் கேட்டு அவற்றுக்கான பதிலை அவர் கூற்றிலிருந்தே பெறும்போதுதான் புலவரின் முழுத்திறனையும் நம்மால் ஓரளவு புரிந்துகொள்ள முடிகிறது.

இன்று கோவில்களில் *sanctum sanctorum* என்று கூறப்படும் கருப்பக்கிரகம் அல்லது மூலத்தானம் என்ற கருவறையில் அக் கோவிலின் மூலக்கடவுளின் சிலை இருக்கும். அன்று அரசியின் பள்ளியறையைக் கருவறை என்று அழைக்கிறார் புலவர். சங்க காலத்தில் பெரும் கோவில்கள் இல்லை. மாறாக அரசனின் இருப்பிடமே கோவில் எனப்பட்டது. கோ என்றால் அரசன் தானே! அவனது இல்லம்தான் கோயில் - கோவில். சங்க காலம் மன்னர்களைச் சுற்றிச் சுழன்ற காலம் *(kingship oriented).* பிற்காலத்தில்தான் மன்னர்களின் பங்கு குறைந்து மதத்தலைவர் மற்றும் கோவில்களுக்கு மன்னர்களே ஆட்படுகின்றனர். அந்தப்புரக் கருவறை கோவில்களுக்கு வந்துவிட்டது.

இப்பகுதியில் நாம் கண்ட காட்சிகளும் அவற்றுக்கான காலங்களும்:

உருவப் பல் பூ ஒரு கொடி வளைஇ

கருவொடு பெயரிய காண்பு இன் நல் இல் - இரவு *11 - 11:30* மணி.

12
பேரளவு எய்திய பெரும்பெயர்ப் பாண்டில்

மன்னனின் அரண்மனையை ஒட்டி இடப்பக்கம் எட்டிப்பார்த்தால் சற்றுப் பின்தள்ளி இருக்கிறது அந்தப்புரம். ஆடவர் குறுகா அருங்கடி மதில்களைக் கொண்டது அது. புலவர் அந்த அந்தப்புரம் கட்டப்படும்போதே அருகிருந்து பார்த்தவராதலால் அதன் ஒவ்வொரு பகுதியையும் நமக்கு உவமைகள் மூலம் விளக்குகிறார். அந்தப்புரத்தின் கருவறை வரை நம் எண்ணங்களை இழுத்துச் செல்கிறார்.

அந்தப்புரத்தில் அழகுற அமைந்திருக்கிறது அரசி துயிலும் கட்டில். அது செய்யப்பட்டபோதும் அவர் அருகிருந்து பார்த்திருக்கிறார். எனவே தன்னுடைய அழகிய வருணனை மூலம் அக்கட்டிலை நம் கண் முன்னே கொண்டுவந்து நிறுத்துகிறார் புலவர்.

    தசம் நான்கு எய்திய பணை மருள் நோன் தாள்
    இகல் மீக்கூறும் ஏந்து எழில் வரி நுதல்
    பொருது ஒழி நாகம் ஒழி எயிறு அருகு எறிந்து
    சீரும் செம்மையும் ஒப்ப வல்லோன்
    கூர் உளி குயின்ற ஈர் இலை இடை இடுபு
    தூங்கு இயல் மகளிர் வீங்கு முலை கடுப்ப
    புடை திரண்டு இருந்த குடத்த இடை திரண்டு
    உள்ளி நோன் முதல் பொருத்தி அடி அமைத்து
    பேர் அளவு எய்திய பெரும் பெயர் பாண்டில்
    பத்துக்கள் நான்கு (நாற்பது ஆண்டு) சென்ற, முரசென்று மருளும் வலிய கால்களையும்,
    போரில் புகழ்ந்து போற்றப்படும் உயர்ந்த அழகினையும், புகர் நிறைந்த மத்தகத்தினையுமுடைய,

போரிட்டு வீழ்ந்த யானையின், தானாக வீழ்ந்த கொம்புகளின் இரண்டுபுறங்களையும் சீவி,
கனமும் செம்மையும் ஒப்ப, திறமையான தச்சன்
கூரிய சிற்றுளியால் குடைந்து செதுக்கிய, பெரிய இலைத்தொழிலை இடையே இட்டு,
தூங்கும் நிலையிலுள்ள மகளிரது புடைத்து நிற்கும் முலையை ஒப்பப்
பக்கம் உருண்டிருந்த குடத்தையுடையவாய், நடுவாகிய இடம் ஒழுக மெல்லிதாய் திரண்டு,
உள்ளியின் கெட்டியான பூண்டு(போன்ற உறுப்புக்களை) அமைத்து, கால்களைத் தைத்துச் சமைத்து
அகன்ற அளவுகளைக் கொண்ட பெரும் புகழ்(பெற்ற) வட்டக்கட்டில் - (அதன் மேல்)

அரசி துயிலும் கட்டில் வட்ட வடிவமுடையது (பாண்டில்). அதன் கால்கள் யானைத் தந்தத்தால் ஆனவை. அந்தக் கால்கள் எவ்வாறு இழைக்கப்பட்டன தெரியுமா? ஒரு யானை 70 வயது வரை வாழக்கூடியது. எனவே நாற்பது வயதில் அது முறுக்குடன் இருக்கும். அவ்வயதில் அது முரசு என்று நினைக்கத்தக்க வலிமையான கால்களை உடையதாகவும் இருக்கும். முகத்தில் சுருக்கங்கள் இல்லாமல் உயர்ந்த அழகிய, வரிகளைக் கொண்ட நெற்றியை உடையதாக இருக்கும். அப்படிப்பட்ட ஒரு யானை - அது போரில் வீரத்துடன் ஈடுபட்டு இறந்திருக்கவேண்டும். இறந்தபின்னர் அதன் கொம்புகள் தாமாகவே விழுந்திருக்கவேண்டும் - கொம்புகளை வெட்டி எடுத்தால் ஒருவேளை அதன் அடிப்பகுதி சிதைந்துபோகலாம் அல்லவா! அப்படிக் கொணர்ந்த தந்தங்களைத் தொழில் வல்ல தச்சன் ஒருவன் அவற்றின் இருபக்க முனைகளையும் சீராக்குகின்றான். பின்னர் அவன் அத்தந்தங்களின் மேற்பரப்பில் சீரானதும் செம்மையானதுமான இரண்டிரண்டு இலைகளைக் கொண்ட கொடி போன்ற வேலைப்பாடுகளை மிகவும் கூரான உளியினால் கவனமாகச் செதுக்குகின்றான். பின்பு அவற்றைக் கட்டிலுக்குக் கால்களாக அமைக்கின்றான். அந்தக் கால்களுக்கு மேலே கட்டில் சட்டத்தில் பக்கங்கள் திரண்ட குடம் போன்ற அமைப்புகள், வெள்ளைப்பூடு போன்ற அமைப்புகளை அடியாகக் கொண்டு பொருத்தப்படுகின்றன.

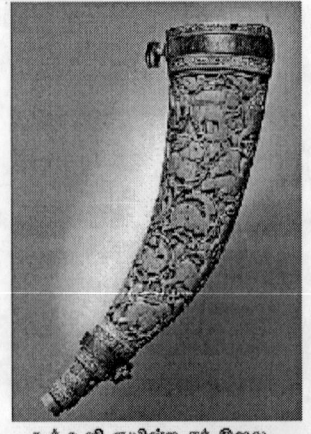

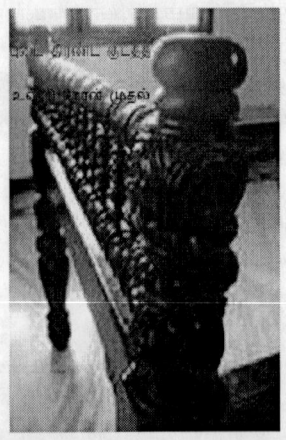

கூர் உளி குயின்ற ஈர் இலை

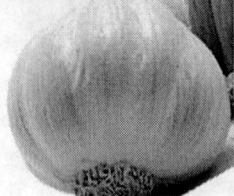

உள்ளி நோன் முதல்

உள்ளி நோன் முதல்

புடை திரண்ட குடத்த

பெரும் பெயர் மன்னரின் அரசி அல்லவா! பெரும் பெயர் மன்னர்க்கு ஒப்ப வகுக்கப்பட்ட மனையில் அரசிக்கேற்ற பெரும் பெயர் பாண்டில் உருவாக்கப்படுகிறது.

மடை மாண் நுண் இழை பொலியத் தொடை மாண்டு
முத்து உடை சாலேகம் நாற்றிக் குத்து_உறுத்து
புலிப் பொறி கொண்ட பூக் கேழ் தட்டத்துத்
தகடு கண் புதையக் கொளீஇத் துகள் தீர்ந்து
ஊட்டு_உறு பல் மயிர் விரைஇ வய_மான்
வேட்டம் பொறித்து வியன் கண் கானத்து
முல்லைப் பல் போது உறழப் பூ நிரைத்து
மெல்லிதின் விரிந்த சேக்கை மேம்பட
துணை புணர் அன்னத் தூ நிறத் தூவி
இணை அணை மேம்பட பாய் அணை இட்டு
காடி கொண்ட கழுவு_உறு கலிங்கத்துத்
தோடு அமை தூ மடி விரித்த சேக்கை

மூட்டுவாய் சிறந்துவிளங்கும் நுண்ணிய நூல் அழகுபெறும்படி,
தொடுத்தல் சிறப்புற அமைந்து

முத்துக்களை (உடைய மாலைகளைப்) பலகணிகள் (போன்று) தொங்கவிட்டு, ஆணிகளால் தைத்து

புலியின் உருவம் பொறிக்கப்பட்ட பொலிவு பெற்ற நிறத்தையுடைய தட்டம் போன்ற

தகடுகளால் நடுவு வெளியான இடம் மறையும்படி கோக்கப்பட்டு, குற்றமற்று

சாயம் ஏற்றப்பட்ட பல மயிர்களை (உள்ளே) பரப்பி, அதன்மேல் சிங்க

வேட்டைக் காட்சியைப் பொறித்து, அகன்ற இடத்தையுடைய காட்டிடத்து

முல்லைப் போது பலவற்றுடன் கலக்கும்படி (பிற) பூக்களையும் நிரைத்து,

மெல்லியதாக விரிந்த மஞ்சம் - (அம்மஞ்சம்) சிறப்புற,

தம் துணையைப் புணர்ந்த அன்னச் சேவலின் தூய நிறத்தையுடைய (சூட்டாகிய) மயிரால்

இணைத்த மெத்தையை மேலாகப் பரப்பி, (அத்தூவிகளுக்கு மேலாக) தலையணைகளும் இட்டு,

கஞ்சி போட்டு வெளுக்கப்பட்ட துகிலின்

மலரிதழ்கள் வைத்து (மணமூட்டப்பட்ட) தூய மடியினை விரித்த படுக்கையின்கண்,

ஒரு நுண்ணிய இழையில் முத்துக்கள் அழகுறக் கோர்க்கப்படுகின்றன. பின்னர் அவை உதிர்ந்துவிடா வண்ணம் இழையின் இரு முனைகளிலும் சிறந்த மூட்டுவாய்கள் பொருத்தப்படுகின்றன. இந்த முத்துச் சரங்கள் கால்மாட்டிலும் தலைமாட்டிலும் பலகணிகள் போன்ற அமைப்பில் வரிசையாகத் தொங்கவிடப்படுகின்றன.

மடை மாண் நுண் இழை பொலிய தொடை மாண்டு

கட்டிலின் உட்பரப்பில் இடைவெளிகள் இல்லாமல் இருக்க, அழகிய நிறமுள்ள தகடுகள் ஆணிகளால் தைக்கப்படுகின்றன. அந்தத் தகடுகளில் புலியின் உருவம் பொறிக்கப்பட்டுள்ளது. இந்தத் தகட்டுப் பரப்பின்மேல் சாயம் ஏற்றப்பட்ட மென்மையான மயிர்கள் பரப்பப்படுகின்றன. அதன்மேல் மெல்லிதான துணி போர்த்தப்படுகிறது. அந்தத் துணியில் சிங்கம் வேட்டையாடும் காட்சி வரையப்பட்டுள்ளது. அதன்மேல் முல்லையுடன் பல்விதக் காட்டு மலர்கள் தூவப்பட்டிருக்கின்றன. இந்த மஞ்சம் அழகுற மெத்தை விரிக்கப்பட்டு அந்த மெத்தைக்கு அழகுசேர்க்கும் வண்ணம் தலையணைகள் வைக்கப்பட்டிருக்கின்றன. இந்த மெத்தை, தலையணை ஆகியவற்றுக்குள் மென்மை சேர்க்கத் திணிக்கப்பட்டிருப்பது என்ன தெரியுமா? தன் துணையைச் சேர்கின்ற ஆண் அன்னத்தினின்றும் உதிர்கின்ற தூய நிறமுள்ள தூவி எனப்படும் மென்மயிர் கற்றைகள். இவற்றுக்கும் மேலே கஞ்சிபோட்டு வெளுக்கப்பட்ட துகிலை விரித்து அதன் பாதியளவுக்கு மலர் இதழ்களைப் பரப்பி மறுபாதியால் இழுத்து மூடிய மடிப்பு விரிக்கப்பட்டுள்ளது.

தூவி

இப்பகுதியில் நாம் கண்ட காட்சிகளும் அவற்றுக்கான காலங்களும்:

பேர் அளவு எய்திய பெரும் பெயர் பாண்டில்

தோடு அமை தூ மடி விரித்த சேக்கை - இரவு 11 - 11:30 மணி.

←▲→

13
புனையா ஓவியம் கடுப்ப

கருவொடு பெயரிய காண்பு இன் நல் இல்லமான அரசியின் படுக்கையறையில் அழகிய பெரிய கட்டிலில் மென்மையான மெத்தை தலையணைகளுடன் விரிப்புகள் போர்த்தப்பட்டுள்ளன.

கட்டிலில் அரசி கால்நீட்டிச் சாய்ந்து அமர்ந்திருக்கிறாள். நடுயாமத்தும் அவள் கண்ணுறங்கவில்லை. கழுத்தில் முத்துமாலைகள் இல்லை. காய்ந்துபோன தலைமயிர்ப் பிசிர்கள் நெற்றியில் புரண்டு கொண்டிருக்கின்றன. காதில் குழைகள் இல்லை - வெறும் தாளுருவி மட்டுமே இருக்கிறது. பட்டுத்துகில் அணிந்திருந்த இடுப்பைப் பருத்தித் துணி மறைத்திருக்கிறது. பொன் வளையல்கள் போட்டிருந்த கைகளில் சங்கு வளையல்கள் கலகலக்கின்றன. அருகில் அமர்ந்திருக்கும் சேடியர் அவளின் கால்களைப் பிடித்துவிட்டவாறு ஆறுதல் மொழிகளைக் கூறுகிறார்கள். "இதோ சீக்கிரம் வந்துவிடுவார்" என்று உற்சாகமூட்ட முனைகின்றனர். அரசியின் மனம் ஒப்பவில்லை.

ஆரம் தாங்கிய அலர் முலை ஆகத்துப்
பின் அமை நெடு வீழ் தாழத் துணை துறந்து
நன் நுதல் உலறிய சின் மெல் ஓதி
நெடு நீர் வார் குழை களைந்தெனக் குறும் கண்
வாயுறை அழுத்திய வறிது வீழ் காதின்
பொலம் தொடி தின்ற மயிர் வார் முன்கை
வலம்புரி வளையொடு கடிகை நூல் யாத்து
வாளை பகு வாய் கடுப்ப வணக்கு உறுத்து
செ விரல் கொளீஇய செம் கேழ் விளக்கத்து
பூ துகில் மரீஇய ஏந்து கோட்டு அல்குல்
அம் மாசு ஊர்ந்த அவிர் நூல் கலிங்கமொடு

ப.பாண்டியராஜா

புனையா ஓவியம் கடுப்ப -------------

(முன்பு) முத்துமாலைகள் சுமந்த பருத்த முலையினையுடைய மார்பினில் (இப்போது)
பின்னலுற்ற நெடிய வீழாகிய கூந்தல் வீழ்ந்துகிடக்க, வாரப்பட்ட மற்ற மயிர்களுடன் சேராமல்
நல்ல நெற்றியில் பொலிவழிந்து கிடந்த சிலவாகிய மெத்தென்ற மயிரினையும்;
மிகுதியாக ஒளி சிந்தும் காதணிகளை நீக்கிட, சிறிய துளைகளில் தாளுருவி அழுத்திய வெறுமையாகத் தொங்கும் காதினையும்;
(முன்பு) பொன் வளையல்கள் (அழுத்தித்) தழும்புண்டாக்கிய மயிர் ஒழுங்குபட்ட முன்கையில்
வலம்புரிச் சங்கு வளையல்களோடு காப்புக்கயிறைக் கட்டி, வாளைமீனின் பிளந்த வாயைப் போன்ற வளைவை உண்டாக்கிச் சிவந்த விரலில் மாட்டிய சிவந்த நிறத்தையுடைய மோதிரத்தையும்; (கொண்டு)
(முன்பு) பூப்போட்ட துகில் கிடந்த உயர்ந்த வளைவினையுடைய அல்குலில்
(இப்போது) அழகிய அழுக்குப் படர்ந்த ஒளிரும் நூல் புடவையுடன்
முற்றுப்பெறாத கோட்டுச் சித்திரத்தை ஒப்ப(தலைவி அமர்ந்திருக்க) -

பாண்டிமாதேவி அல்லவா! அவளது மார்பில் முத்துச்சரங்கள் எத்தனை தொங்கிக்கொண்டிருக்கும்! இப்போதோ அவள் வெறுங் கழுத்தினளாய் அமர்ந்திருக்கிறாள். மாலைகள் தொங்கிய மார்பில் பின்னிக்கிடக்கும் கூந்தல் விழுந்து கிடக்கிறது.

அரைகுறையாக மேலே இழுத்துக் கட்டியிருந்த கொண்டைக்குள் அடங்காமல் சில மயிரிழைகள் முன் நெற்றியில் விழுந்து புரண்டுகொண்டிருக்கின்றன.

மிகுந்த ஒளி சிந்தும் குழைகள் காதுகளில் இப்போது இல்லை - மாறாக மிகச் சாதாரணமான வாயுறை என்னும் காதணி செருகப்பட்டுக் காதுமடல்கள் வெறுமையாகத் தொங்கிக்கொண்டிருக்கின்றன.

பொன் வளையல்கள் அழுந்திக் கிடந்த மென் மயிர்கள் ஒழுங்குபட்டிருக்கும் முன்கைகளில் சங்கு வளையல்கள் காணப்படுகின்றன. அவற்றுடன் காப்புக்கயிறும்

கட்டப்பட்டிருக்கிறது.

சிவந்த விரலை வாளை மீனின் திறந்த வாயைப் போல வளைக்கப்பட்ட சிவப்புக்கல் மோதிரம் அணிசெய்கிறது.

பின்னிடுப்பில் பூப்போட்ட பட்டுத்துகிலைக் காணோம். மாறாக மெல்லழுக்குப் படர்ந்த நூல் புடவை சுற்றப்பட்டிருக்கிறது.

அழகுச் சிலையாய்க் காணப்படும் அரசி இப்போது முற்றுப்பெறாத கோட்டு ஓவியம் போல அமர்ந்திருக்கிறாள்.

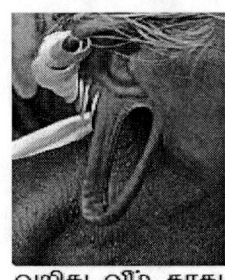

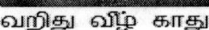

வறிது வீழ் காது

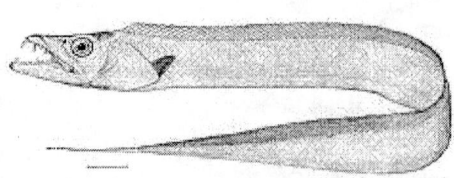

வாளைப் பகுவாய்

புனையா ஓவியம் ..

வலம்புரி வளை

-------- ------- ------- புனைவு இல்
தளிர் ஏர் மேனி தாய சுணங்கின்
அம் பணை தடைஇய மென் தோள் முகிழ் முலை
வம்பு விசித்து யாத்த வாங்கு சாய் நுசுப்பின்
மெல் இயல் மகளிர் நல் அடி வருட
நரை விராவு_உற்ற நறு மென் கூந்தல்
செம் முக செவிலியர் கைம்மிக குழீஇ
குறியவும் நெடியவும் உரை பல பயிற்றி

ப.பாண்டியராஜா

இன்னே வருகுவர் இன் துணையோர் என
உகத்தவை மொழியவும் ஒல்லாள்

மாந்தளிரைப் போன்ற நிறத்தினையும், பரந்த அழகுத் தேமலையும்,
அழகான மூங்கில் போலத் திரண்ட மெல்லிய தோளினையும், (மொட்டுப்போல்) குவிந்த முலை
கச்சை வலித்துக் கட்டினவாய், வளைந்து நெளியும் இடையினையும்,
மென்மையான தன்மையினையும் உடைய சேடியர் (தலைவியின்) நல்ல அடியை வருடிக்கொடுக்க,
நரை கலத்தலுற்ற நறிய மெல்லிய மயிரினையுடைய
சிவந்த முகத்தையுடைய செவிலித்தாயர் அளவுக்கு மீறித் திரண்டு,
சிற்சில சொற்களாலும், நீண்ட மொழிகளாலும் (ஆறுதல்) உரைகள் பலவற்றையும் திரும்பத்திரும்பக் கூறி,
இன்னும் சிறிது நேரத்தில் வந்துவிடுவார் (உன்)இனிய துணைவர் என்று
(அவள் மனத்துக்கு) ஏற்ற சொற்களைக் கூறவும் (அதனை) ஏற்காதவளாய் மிகவும் கலங்கி -

தலைவியே புனையா ஓவியம் போல இருக்கும்போது, சேடியருக்குப் புனைந்துகொள்ள மனம் வருமா? பணிப்பெண்களானாலும் அரண்மனைவாசிகளாயிற்றே. சேடியர் அந்தப்புர நிழலிலேயே இருப்பதால் அவரின் மேனி இளஞ்சிவப்பாகவும் மினுமினுப்புடனும் மாந்தளிர் போல இருக்கிறது. அரண்மனை உணவினால் அவரின் தோள்கள் உருண்டு திரண்டு மூங்கில்போலவும் மென்மையாகவும் இருக்கின்றன. இவர்கள் இளம்பெண்கள். எனவே அவரின் மார்பகம் மொட்டுப் போல முகிழ்ந்து இருக்கிறது. அவர்கள் தம் மார்பை மார்க்கச்சையால் இறுகக் கட்டியிருக்கிறார்கள். அவரின் அகன்ற மார்பு வளைந்து குறுகிச் சிற்றிடையாய்ச் சிறுத்து நிற்கிறது. அவரின் பேச்சும், செயலும் மென்மையுடையவாய் விளங்குகின்றன. இந்தச் சேடியர் அரசியின் காலடியில் அமர்ந்து அவளின் நல்ல அடியை வருடிக்கொடுக்கின்றனர். அரசியின் வளர்ப்புத் தாயர் அவளின் அருகே அமர்ந்திருக்கின்றனர். அந்த நடுவயது மங்கையரின் தலைமயிர் கருப்பும் வெள்ளையுமாய்க் கலந்து இருக்கிறது. அரசிக்கு மிக அருகில் அவர்கள்

இருக்கவேண்டியிருப்பதால் தங்கள் கூந்தலுக்கு மணம் ஏற்றியிருக்கிறார்கள். சிவந்த முகமுடைய அந்தச் செவிலியர் அரசியின் அருகே திரண்டு கூடியிருக்கிறார்கள். சிற்சில சொற்களாலும் நீண்ட மொழிகளாலும் பலவிதமான ஆறுதல்

மாந்தளிர்

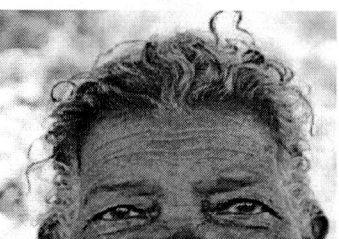

நரை விராவுற்ற ----

மொழிகளைத் திரும்பத் திரும்பக் கூறியவண்ணம் இருக்கிறார்கள். "இன்னும் சிறிது நாழிகையில் அரசர் வந்துவிடுவார்" என அரசியின் மனதுக்கேற்ற சொற்களைக் கூறினாலும் அதனை ஏற்கும் நிலையில் அரசி இல்லை.

தனி உரையாடல்-1

நெடுவீழ் என்பதற்கு நீண்ட கூந்தல் என்று பொருள் கூறியிருக்கிறீர்கள். நெடுவீழ் என்பதற்கு மங்கல நாண் - தாலி - என்றுதானே பொருள் கொள்ளப்படுகிறது?

இதனையும் நக்கீரரிடமே கேட்கலாம். புலவர் நக்கீரரின் அகப்பாடல் ஒன்றில் அவர்

குறுங்கால் இற்றிப் புன்தலை நெடுவீழ் - (அகம். 57/6)

எனக் கூறுகிறார். இச்சி மரத்தின் விழுது என்பது இதன் பொருள்.

விழுது என்பது கயிறு போன்றதுதானே.

ஆமாம். ஆனால் மங்கல நாண் என்பது கழுத்தைச் சுற்றி மாலையாகத் தொங்குவது. விழுது என்பது மரத்திலிருந்து நேராகக் கீழே தொங்குவது. பின் அமை நெடுவீழ் என்பதால் பின்னப்பட்டு நீண்டு தொங்கும் விழுது போன்று சடை எனப் பொருள்கொள்வது பொருத்தமாக இருக்கும்.

ஓதி என்றால் என்ன?

வாழை ஈன்ற வைஏந்து கொழுமுகை
மெல் இயல் மகளிர் ஓதி அன்ன

பூவொடு துயல்வரும் மால்வரை நாடனை - (நற். 225/2-4)

என்ற அடிகள் ஓதியைப் பற்றிய செய்திகளைத் தருகின்றன. பொதுவாக வைநுதி என்பார்கள். ஆனால் இங்கு வை ஏந்து முகை எனப்படுகிறது. பொதுவாக வாழை மரத்தில் தார்கள் தரையை நோக்கி வளரும். எனவே அதன் முகை குனிந்தவாறிருக்கும். இங்கோ புலவர் வை ஏந்து முகை என்பதினால் மேல்நோக்கி வளரும் முகை எனக் கொள்ளலாம். அவ்வாறு வளரும் முகையின் தலைப்பகுதியிலிருந்து இதழ்கள் விரிந்து பூவின் சூல்கொள்ளும் பகுதிகள் வெளித்தோன்றும். இவையே பின்னர் காயாகிப் பழுக்கும். இந்நிலையில் உள்ள வாழைப்பூவைப் போன்றது ஓதி எனப்படும் கொண்டைத் தலையலங்காரம் என்று பெறப்படுகிறது.

இத்தகைய அலங்காரத்துக்கு முடியை இழுத்து இறுக்க

வைஏந்து கொழுமுகை – ஓதி அன்ன

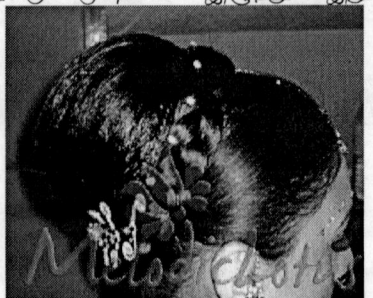

வாழைப்பூவைப் போலிந்த ஓதி?

முடியவேண்டும். முடி நன்றாகப் படிய அதற்கு நெய்பூச வேண்டும். எனவேதான் மை ஈர் ஓதி, ஒடுங்கு ஈர் ஓதி, பின் ஈர் ஓதி என்றெல்லாம் ஓதி வருணிக்கப்படுகிறது. இவ்வாறு இழுத்து முடியப்பட்ட கூந்தல் நேரமாக ஆகத் தன் இறுக்கம் தளரும்போது இந்தப் பிடிப்பினின்றும் விடுபட்ட சில மயிர் இழைகள் நெற்றியில் புரளலாம். அதனைத்தான் நன்னுதல் உலறிய சின் மெல் ஓதி எனப் புலவர் குறிப்பிடுகிறார் என்று கொள்ளலாம். (இரண்டாவது படத்தில் இருக்கும் கொண்டை இன்னும் சற்றுக் கூமாச்சியாக இருக்கிற மாதிரி கற்பனை செய்துகொள்க!)

ஓதி என்பது வாழைப்பூப் போன்று இழுத்து முடியப்பட்ட கொண்டை. இவ்வாறு வாரப்பட்ட மற்ற மயிர்களுடன் சேராமல் ஒன்றிரண்டு மயிர்கள் நெற்றியில் விழுந்து புரள்வதாகக்

கூறுகிறீர்கள். அப்படியிருக்க, பின்னலிட்ட சடை எவ்வாறு வந்தது?

இன்றைக்கும் சில பெண்களுக்கு நான்கு அடிக்கும் மேலான நீளமான கூந்தல் அமைந்திருப்பதைக் காணலாம். அரசிக்கு அத்துணை நீளமான தலைமயிர் வாய்த்திருந்து அதில் ஒரு பகுதியைக் கொண்டையாக முடிந்து மீதத்தை நெகிழ்வான பின்னலாக்கி முன்பக்கம் மார்பினில் தொங்கவிட்டிருந்தாள் எனக் கொள்ளலாம்.

மாதிரிக்குச் சில படங்கள்

தனி உரையாடல்-2

அரசி அமர்ந்திருக்கும் கட்டில் செய்யப்பட்டபோதே புலவர் பார்த்திருப்பதால் அதைப் பற்றிய அவரின் நுண்ணிய வருணனைகளைப் புரிந்துகொள்ளலாம். ஆனால் அரசி அமர்ந்திருக்கும் நிலையையும் அவளின் காலை வருடிவிடும் சேடியரையும் அவளுடன் உரையாடும் செவிலியரையும் அரசி கண்ணீர் விடும் காட்சியையும் புலவர் எப்படிப் பார்த்திருப்பார்?

இதற்கும் புலவரிடமே கேட்கலாம்.

பசுநிலா விரிந்த பல்கதிர் மதியிற்
பெருநல் ஆய்கவின் ஒரீஇச் சிறுபீர்
வீயேர் வண்ணம் கொண்டன்று கொல்லோ

அரும்புண் ணுறுநரின் வருந்தினள் பெரிதழிந்து
பானாட் கங்குலும் பகலும்

ஆனா தழுவோள் ஆய்சிறு நுதலே (நக்கீரர் - அகம். 57)

மதரெழில் மழைக்கண் கலுழ இவளே
பெருநாண் அணிந்த சிறுமென் சாயல்
மாணலஞ் சிதைய ஏங்கி ஆனாது
அழல்தொடங ்கினளே பெரும (நக்கீரர் - அகம். 120)

நக்கீரர் எவ்வாறு பாண்டிமாதேவியை அவளிருக்கும் கோலத்தில் பார்த்திருக்க முடியும் என்று கேட்டால் நக்கீரர் பாடிய அகப்பாடல்களின் தலைவிகளைக் காண்பிக்கிறீர்களே?

கொஞ்சம் பொறுங்கள். நக்கீரரின் அடுத்த இரண்டு காட்சிகளையும் பார்த்த பின்னர் உமது கேள்விக்குப் பதில் இறுதியில் கிடைக்கும்.

இப்பகுதியில் நாம் கண்ட காட்சிகளும் அவற்றுக்கான காலங்களும்:

இன்னே வருகுவர் இன் துணையோர் என

உகத்தவை மொழியவும் ஒல்லாள் -- இரவு 11:30 - 11:45 மணி.

←▲→

14

மா இதழ் ஏந்திய மலிந்து வீழ் அரிப்பனி

(இன்னே வருகுவர் இன் துணையோர் என
உகத்தவை மொழியவும் ஒல்லாள்) -------------
---------- --------- -------- மிகக் கலுழ்ந்து
நுண் சேறு வழித்த நோன் நிலை திரள் கால்
ஊறா வறு முலை கொளீஇய கால் திருத்தி
புதுவது இயன்ற மெழுகு செய் பட மிசைத்
திண் நிலை மருப்பின் ஆடு தலை ஆக
விண் ஊர்பு திரிதரும் வீங்கு செலல் மண்டிலத்து
முரண் மிகு சிறப்பின் செல்வனொடு நிலைஇய
உரோகிணி நினைவனள் நோக்கி நெடிது உயிரா
மா இதழ் ஏந்திய மலிந்து வீழ் அரிப் பனி
செவ் விரல் கடைக் கண் சேர்த்தி சில தெறியா
புலம்பொடு வதியும் நலம் கிளர் அரிவைக்கு
இன்னா அரும் படர் தீர விறல் தந்து
இன்னே முடிகதில் அம்ம

மிகவும் கலங்கி -

நுண்ணிய கூழ்(சாதிலிங்கம்)பூசின, உறுதியாக நிற்றலையுடைய திரண்ட தாங்கு கால்களை,

ஊறாத வறிய முலைகளைப் போன்ற அமைப்பில் செருகிய அடிப்பகுதியைத் திருத்தமாகச் செய்து

புதிதாகச் செய்த, மெழுகு தடவிய (துணியாலான) மேல்விதானத்தின் மேல்,

திண்ணிய நிலையுள்ள கொம்பினையுடைய ஆட்டை (மேடராசியை) முதலாகக்கொண்டு,

விண்ணில் ஊர்ந்து திரிதலைச்செய்யும் மிகுந்த பரப்பில் ஓட்டத்தையுடைய ஞாயிற்று வெளியுடன்

மாறுபாடு மிகுந்த சிறப்பைக்கொண்ட திங்களொடு நிலைநின்ற

உரோகிணியை நினைத்தவளாய் (அவற்றைப்) பார்த்து நெடு மூச்சு விட்டு,
அழகிய கண்ணிமைகள் தாங்கிய (அவ்விமைகளினின்றும்) மிகுந்து வழியும் முத்து நீரை,
(தன்) சிவந்த விரலால் கடைக்கண்ணில் கொண்டு சேர்த்து (விரலில் மீந்த) சிலவற்றைச் சுண்டிவிட்டு,
தனிமையொடு கிடக்கும் அன்பு மிகுகின்ற இளம்பெண்ணுக்குத் தீதாக இருக்கின்ற ஆற்றுதற்கரிய துயரம் தீரும்படி, வெற்றியைக் கொடுத்து
இப்பொழுதே முடிவதாக -

அரசி மிகவும் மனம் கலங்கிய நிலையில் இருக்கிறாள். அவள் இருக்கும் கட்டிலுக்கு மேலே மெழுகு பூசிய புதிய துணியினால் ஆன விதானம் இருக்கிறது. இதைத் தாங்கி நிற்பவை செந்நிறக் குழம்பு பூசிய உறுதியான நீண்டு திரண்ட (நான்கு)கழிகள். இக்கழிகள் இளம் முலைகளைப் போன்ற அமைப்பு கொண்டு திருத்தமாகச் செய்யப்பட்டு அடிப்பகுதியில் செருகப்பட்டு நிற்கின்றன. அந்த மேல்விதானத்தில் ஒரு வானமண்டலக் காட்சியை உடைய ஓர் ஓவியம் வரையப்பட்டுள்ளது. உறுதியான கொம்புகளைக் கொண்ட ஆட்டுக்கிடா உருவில் உள்ள மேடராசியை முதலாகக் கொண்ட விண்ணில் ஊர்ந்து திரியும் பெரும்பரப்பில் செல்லுதலையுடைய ஞாயிறு மண்டலத்தினின்றும் மிகுந்த மாறுபாடு கொண்டிருக்கும் சிறப்பினை உடைய திங்களுடன் சேர்ந்திருக்கும் நிலையில் உரோகிணி வரையப்பட்டுள்ளது.

அரசி அந்த உரோகிணியையே பார்த்துக்கொண்டு நெடுமூச்சு விடுகிறாள். கண்ணின் அழகிய இமைகளில் தேங்கி நிற்கும் கண்ணீர் மிகுந்து நிரம்பி வழிகிறது. முத்துமுத்தாய்க் கோத்து வழியும் கண்ணீரைத் தன் சிவந்த விரலால் கடைக்கண் வரை இழுத்துப் பின்னர் அவற்றில் சிலவற்றைத் தெறித்துவிடுகிறாள். இத்தனை சுற்றம் இருந்தும், தனிமைத்துயரில் (நள்ளிரவிலும்) வாடும் இந்த அன்புள்ளம் கொண்ட தலைவிக்குத் தீதாக இருக்கின்ற ஆற்றுதற்கரிய துயரம் தீரும்படி வெற்றியைக் கொடுத்து இப்பொழுதே முடிவதாக -

நமது வானமண்டலம் ஞாயிற்றின் ஆண்டுநகர்வின் (annual motion)அடிப்படையில் 12 இராசிகளாகப் பிரிக்கப்பட்டுள்ளது.

எனவே ஒவ்வொரு இராசியும் ஒரு மாதத்தைக் (solar month) குறிப்பதாகும். முதல் இராசி மேடராசி. மேடம் அல்லது மேஷம் என்பது தமிழில் முரட்டுக் கொம்புகளையுடைய ஆடு என்பதாகும். இதையே புலவர் **திண்ணிலை மருப்பின் ஆடு தலையாக** என்கிறார். இது ஞாயிற்று மண்டிலம்.

ஏறக்குறைய 27 நாட்களுக்கு ஒருமுறை திங்கள் வான் மண்டலத்தை ஒரு முழுச்சுற்று சுற்றி முடிக்கிறது. இதைத் திங்கள் மாதம் (lunar month) என்கிறோம். எனவே வான்மண்டலத்தை 27 சமபாகங்களாகப் பிரித்து ஒவ்வொன்றுக்கும் ஒரு விண்மீனைத் தெரிவு செய்திருக்கிறார்கள். அசுவினி, பரணி, கார்த்திகை, உரோகிணி என விரியும் இந்த மீன்களில் நான்காவது விண்மீனே உரோகிணி ஆகும். இது இரண்டாவது இராசியான ரிஷபம் அல்லது காளை ராசியில் காணப்படும் *Aldebaran* என்ற விண்மீனாகும். இந்த இராசியில் உள்ள மிகவும் பிரகாசமுள்ள விண்மீன் இதுவே.

ஒருவர் பிறக்கும்போது திங்கள் எந்த மீனின் இடத்தில் இருக்கிறதோ அதுவே அவருடைய பிறந்த நட்சத்திரம் என்று கூறப்படுகிறது. ஒரு நாள் பிறக்கும்போது (காலை 6 மணி) திங்கள் இருக்கும் மீனின் பெயர்தான் அன்றைய நட்சத்திரம் அல்லது நாள்மீன் எனப்படுகிறது.

திங்கள் 27 நாட்களில் இந்த விண்மீன்களின் வழியே ஒரு

ப.பாண்டியராஜா

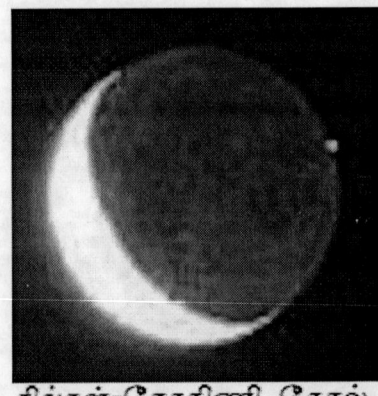

திங்கள்-ரோகிணி சேரல்

சுற்று சுற்றி முடிக்கிறது. இது ஞாயிற்று மண்டிலத்தினும் வேறான திங்கள் மண்டிலம். திங்கள் வான்மண்டலத்தில் செல்லும் பாதையில் உள்ள 27 விண்மீன்களில் உரோகிணிதான் திங்களின் பாதைக்கு மிக அருகே அமைந்துள்ளது. மற்றவை ஓரளவு விலகியிருக்கின்றன. இதனைத்தான் திங்களுக்கு 27 மனைவியர் என்றும் இந்த 27 மனைவியரில் உரோகிணிதான் திங்களுக்கு மிகவும் பிடித்த மனைவி என்றும் புராணங்கள் கூறுகின்றன.

இவ்வாறு நகர்ந்துவரும் திங்கள் சில சமயங்களில் உரோகிணியைத் தொட்டுக்கொண்டு செல்லும். இப்படித் தொடுவதை *occultation* என்பார்கள். இந்தச் சேர்க்கை நடந்த சில நிமிடங்களில் திங்களின் பின்னே உரோகிணி மறைந்துவிடும். இங்கிருந்து பார்க்கும் நமக்கு உரோகிணி திங்களோடு ஒன்றிவிட்டதைப் போல் தோன்றும். எனவேதான் நம் முன்னோர்கள் திங்களின் மிக நெருங்கிய மனைவி உரோகிணி என்றனர் போலும். இது பல ஆண்டுகளில் எப்போதாவது ஒரு நாளில்தான் நடக்கும். (இப்படத்தில் மிக அதிகமாக ஒளிர்வுள்ள பகுதி, ஞாயிற்றின் ஒளி திங்களில் நேராகப் படும் பகுதி. இந்த ஒளி எதிரொளித்துப் (*reflect*) பூமியில் பட்டு, அது எதிரொளித்து மீண்டும் திங்களில் பட்டுத் திங்களின் இருளான பகுதிகளைச் சிறிதளவு ஒளியேற்றுகிறது. இது ஞாயிறு, திங்கள், பூமி ஆகியவை அமைந்துள்ள கோணத்தைப் பொறுத்தது. இவ்வாறு அமைவதும் மிகவும் அரிதான காட்சிதான். இப்படி நடக்கும் உரோகிணிச் சேர்க்கை (*occultation with Aldebaran*) முழுநிலவு அன்று நடைபெறுவது இன்னும் அரிய நிகழ்ச்சி.

இக்காட்சியைத்தான் அரசியின் கட்டிலின் மேல்விதானத்தில் வரைந்திருக்கின்றனர். இக்காட்சி மன்னனை நினைத்தவாறு கட்டிலில் படுத்திருந்த அரசியின் கண்களில் படுகிறது. திங்களும் உரோகிணியும் சேர்ந்திருக்கும் அக்காட்சி தலைவியின் பிரிவுத்துயரை மேலும் அதிகமாக்குகிறது. தான் அவ்வாறு

இல்லையே என்ற ஏக்கத்துடன் அவள் பெருமூச்சு விடுகிறாள் (**நெடிதுயிரா**). அவள் கண்களில் குபுக் கென்று கண்ணீர் பொங்கி இமைகளில் கோர்த்துக்கிடக்கிறது (**மா இதழ் ஏந்திய**). தொடர்ந்து வரும் கண்ணீரால் கண்கள் நிறைந்து அவை பொலபொல வென்று கண்ணீரை உகுக்கின்றன (**மலிந்து வீழ் அரிப் பனி**).

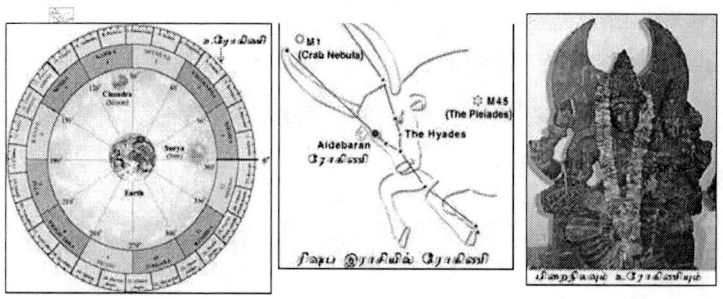

ரிஷப இராசியில் ரோகிணி

பிறைநிலவும் உரோகிணியும்

அரசி வாயைப் பொத்திக்கொண்டு குமுறிக்குமுறி அழவில்லை. தன் துயரை அடக்கிக்கொண்டு பெருகிவரும் கண்ணீரைத் தடுத்து நிறுத்துகிறாள். தனது சிவந்த பெருவிரலால் கண்ணீரைச் சேர்த்துக் கடைக்கண்ணுக்கு இழுத்துக் கொண்டு செல்கிறாள். அந்தப் பெருவிரலின்கீழ் மடக்கிய நிலையில் இருக்கும் சுட்டுவிரலில் தேங்கி நிற்கும் சில நீர்த்துளிகளைத் தெறித்துவிடுகிறாள். அரசியின் கம்பீரம் இங்கு அழகாகக் காட்டப்பட்டுள்ளது.

இந்தத் தலைவிக்கு வேண்டுவது என்ன?

(தலைவியின்) இன்னா அருந்துயர் தீர, (தலைவனுக்கு) வெற்றியைத் தந்து இப்பொழுதே முடிவதாக! எது?

அரசியின் பிரிவுத்துயர் பொறுத்தற்கு அரியது. எனவே அது **அரும்படர்** (படர்=துன்பம்) ஆகிறது. இது ஏன் இன்னாதது ஆகிறது? நீண்டு தொடரும் இந்த நெடிய வாடைக் காற்றினால்தான்! இந்த நெடிய வாடையையே புலவர் நெடு வாடை என்கிறார். இனி அது யாருக்கு நல் வாடையாக அமைகிறது?

இப்பொழுது சரியாக நடுச்சாமம் (நள்ளிரவு 12 மணி). நாம் நம் பயணத்தைத் தொடங்கி சரியாக அறுபது நாழிகை (இருபத்திநான்கு மணி நேரம்) ஆகிறது. அடுத்து என்ன?

நள்ளிரவிலும் தூங்காமல் தவிக்கும் தலைவியின் மனக்கண்ணில் நிறைந்து இருப்பது யார்? மன்னன்தானே! மன்னன் இப்போது என்ன செய்துகொண்டிருப்பான்? புலவர் காட்சியை மாற்றுகிறார். அங்கே -

இப்பகுதியில் நாம் கண்ட காட்சிகளும் அவற்றுக்கான காலங்களும்:

புலம்பொடு வதியும் நலம் கிளர் அரிவைக்கு

இன்னா அரும் படர் தீர விறல் தந்து

இன்னே முடிகதில் அம்ம - இரவு 12 மணி

←▲→

15
இன்னே முடிகதில் அம்ம

ஒரு கூதிர்கால நள்ளிரவில் மதுரையில் பாண்டிய மன்னனின் அரண்மனை அந்தப்புரப் படுக்கையறையில் அரசியான தலைவி மிகுந்த துயரத்துடன் தூங்காமல் கண்ணீர் விட்டுக்கொண்டு இருக்கிறாள். போர்மேற் சென்ற மன்னனாகிய தலைவன் சென்று வெகுநாளாகியும் வீடு திரும்பவில்லை. போரின் நிலவரமும் தெரியாததால் நீண்டுகொண்டே செல்லும் அந்த வாடைக்கால இரவின் துன்பங்கள் தீரத் தலைவன் மேற்கொண்டுள்ள பணி விரைவில் முடிவுக்கு வரவேண்டும் எனத் தலைவியின் உடனிருக்கும் செவிலியர் வேண்டிக் கொண்டிருக்கின்றனர்.

புலம்பொடு வதியும் நலம் கிளர் அரிவைக்கு
இன்னா அரும் படர் தீர விறல் தந்து
இன்னே முடிகதில் அம்ம ----------

இந்தக் காட்சியை நம் கண்முன் கொண்டுவந்து நிறுத்திய புலவர் அடுத்து அதேநேரத்தில் போர்க்களத்தில் நெடுஞ்செழியன் என்ன செய்துகொண்டிருப்பான் என்பதையும் நம் கண்முன் கொண்டுவந்து நிறுத்துகிறார். நள்ளிரவாயிற்றே! ஒருவேளை மன்னன் துயில்கொண்டிருப்பானோ? இல்லை அப்போழுது மன்னனும் தூங்காமல்தான் இருக்கின்றான். ஒருவேளை அவனும் தலைவியையே நினைத்துக் கவலைப்பட்டுக் கொண்டிருக்கின்றானோ? இல்லை. சொல்லப் போனால் அவன் தன் பாசறைக்குள்ளேயே இல்லை. வேறு என்னதான் செய்துகொண்டிருக்கிறான்? காட்சி தொடங்குகிறது. பார்ப்போம்.

(இன்னே முடிகதில் அம்ம) மின் அவிர்

ப.பாண்டியராஜா

ஓடையொடு பொலிந்த வினை நவில் யானை
நீள் திரள் தடக் கை நிலம் மிசை புரள
களிறு களம் படுத்த பெரும் செய் ஆடவர்
ஒளிறு வாள் விழுப்புண் காணிய புறம் போந்து
வடந்தைத் தண் வளி எறி-தொறும் நுடங்கி
தெற்கு ஏர்பு இறைஞ்சிய தலைய நன் பல்
பாண்டில் விளக்கில் பரூஉச் சுடர் அழல
வேம்பு தலை யாத்த நோன் காழ் எஃகமொடு
முன்னோன் முறை முறை காட்ட பின்னர்
மணிப் புறத்து இட்ட மாத் தாள் பிடியொடு
பருமம் களையாப் பாய் பரிக் கலி மா
இரும் சேற்றுத் தெருவின் எறி துளி விதிர்ப்ப
புடை வீழ் அம் துகில் இட வயின் தழீஇ
வாள் தோள் கோத்த வன்கண் காளை
சுவல் மிசை அமைத்த கையன் முகன் அமர்ந்து
நூல் கால் யாத்த மாலை வெண்குடை
தவ்வென்று அசைஇத் தா துளி மறைப்ப
நள்ளென் யாமத்தும் பள்ளிகொள்ளான்
சிலரொடு திரிதரும் வேந்தன்
பலரொடு முரணிய பாசறைத் தொழிலே
(இன்னே முடிகதில் அம்ம!)

- ஒளி மின்னும்

நெற்றிப்பட்டத்துடன் பொலிவு பெற்ற போர்த்தொழிலைப் பயின்ற யானையின்
நீண்ட திரண்ட பெரிய தும்பிக்கை (வெட்டுண்டு) நிலத்தின் மேல் புரளும்படி,
யானையைக் கொன்ற பெரும் செயலையுடைய வீரரின்,
சுடர்விடும் வாளினால் ஏற்பட்ட விழுப்புண்ணைக் காண்பதற்காக,
வாடையின் குளிர்ந்த காற்று அடிக்குந்தோறும் நெளிந்து அசைந்து,
தெற்கு நோக்கி எழுந்து சாய்ந்த தீச்சுடரையுடையவாய், நன்றாகிய பலவான
பாண்டில் விளக்குகளில் பருத்த தீக்கொழுந்து எரிய,
வேப்பம் பூ மாலையைத் தலையிலே கட்டின வலிய காம்பினையுடைய வேலுடன்
முன்செல்கின்றவன் (புண்பட்ட வீரரை) ஒவ்வொருவராகக் காட்ட, பின்னாக

மணிகளை முதுகில் இட்ட பெரிய கால்களையுடைய பெண்யானைகளோடு,

சேணம் களையப்பெறாத பாயும் ஓட்டத்தையுடைய செருக்கின குதிரைகள் கரிய சேற்றையுடைய தெருவில் (தம்மேலே) வீசும் துளிகளை உடல் குலுக்கி உதற,

பக்கவாட்டில் (நழுவி) வீழ்ந்த அழகிய மேல் துண்டை இடப்பக்கத்தே அணைத்துக்கொண்டு,

வாளைத் தோளில் கோத்த தறுகண்மையையுடைய காளைபோன்றவன்

மேல்தோளின் மீது வைத்த வலக்கையை உடையவனாய், (அகமலர்ச்சி தோன்ற) முகம் பொருந்தி,

நூலால் சட்டத்தே கட்டின முத்துமாலையை உடைய கொற்றக்குடை

தவ்வென்னும் ஓசைபட்டு அசைந்து, பரக்கின்ற துளியை மறைக்க,

நள்ளென்னும் ஓசையையுடைய நடுயாமத்திலும் பள்ளிகொள்ளாதவனாய்,

ஒருசில வீரரோடு திரிதலைச் செய்யும் அரசன்,

பலரோடு மாறுபட்டுப் பொருகின்ற பாசறையிடத்துப் போர்த்தொழில்.

பாண்டிய மன்னன் தனக்குரிய இருப்பிடத்தில் ஓய்வெடுக்காமல் அந்த நடுச்சாமத்திலும் காயம்பட்ட தன் படைவீரர்களைப் பார்வையிடுகின்றான். காயம்பட்ட வீரர்களில் பெரும்பாலோனோர் காலாட்படையினர். போர்த்தொழிலில் நன்கு பழக்கப்பட்ட பகைவரின் யானைகள் (**வினை நவில் யானை**) கண்கூசும் அளவுக்கு மின்னுகின்ற முகப்படாம் அணிந்த வண்ணம் (**மின் அவிர் ஓடையொடு பொலிந்த**) எதிரே வந்தபோதும் அஞ்சாது அருகில் சென்று தம்மைப் பிடிக்க நீண்டுவரும் அவற்றின் திரண்ட துதிக்கைகளை நிலத்தில் புரளுமாறு (**நீள் திரள் தடக் கை நிலம் மிசை புரள**) வெட்டிச் சாய்த்தவர்கள் அவர்கள் (**களிறு களம் படுத்த பெரும் செய் ஆடவர்**). அத்தகைய மறவர்கள் வாட்போரில் மார்பில் காயம் பட்டவர்களாய்ப் படுத்துக் கிடக்கின்றனர் (**ஒளிறு வாள் விழுப்புண்**). அவர்களைக் காண்பதற்காகத்தான் மன்னன் அந்த இரவிலும் வெளியே நடந்து வருகிறான் (**காணிய புறம் போந்து**). விடாது மழை தூறிக்கொண்டிருக்கிறது விர் விர் -ரென்று அடிக்கும் வாடைக்காற்றில் மழைத்துளிகள் பரந்து விழுகின்றன.

அவற்றினின்றும் மன்னனைக் காக்க ஒரு குடையைப் பிடித்தவாறு ஒரு வீரன் உடன் வருகிறான். குடையின் விளிம்பில் நூலில் கோர்த்த முத்துமாலை தொங்கிக்கொண்டு இருக்கிறது. **(நூல் கால் யாத்த மாலை வெண்குடை தவ்வென்று அசைஇத் தா துளி மறைப்ப**) பாதையெல்லாம் சேறு நிறைந்து இருக்கிறது **(இரும் சேற்றுத் தெருவின்**). வெளிச்சத்துக்காக ஆங்காங்கே பாண்டில் விளக்குகள் பருத்த திரிகளுடன் எரிந்து கொண்டிருக்கின்றன. உயர்ந்து எரியும் அவற்றின் தீக்கொழுந்துகள் வடக்கிலிருந்து அடிக்கும் வாடைக்காற்று ஓங்கி வீசும்போதெல்லாம் தெற்குப்பக்கமாய் மடங்கிச் சாய்ந்து தலையுயர்த்தி எரிந்து கொண்டிருக்கின்றன **(வடந்தைத் தண் வளி எறிதொறும் நுடங்கி தெற்கு ஏர்பு இறைஞ்சிய தலைய நன் பல் பாண்டில்_விளக்கில் பரூஉச் சுடர் அழல**).

மன்னனுக்கு முன்னால் ஒரு வீரன் கையில் வேலுடன் சென்றுகொண்டிருக்கிறான். அந்த வேலின் தலையில் வேப்பம்பூ அணியப்பட்டுள்ளது - அது பாண்டியர் சின்னம் அல்லவா! **(வேம்பு தலை யாத்த நோன் காழ் எஃகமொடு**) முன்னால் செல்லும் அவ்வீரன் காயப்பட்டுக் கிடக்கும் வீரரை ஒவ்வொருவராகக் காட்டிய வண்ணம் அவர்கள் அன்று போரில் செய்த வீரச் செயல்களைப் பற்றிக் கூறிக்கொண்டே வருகிறான் **(முன்னோன் முறை முறை காட்ட**). மன்னனுக்குப் பின்னால் அவனது பட்டத்து யானை இருபக்கங்களிலும் தொங்கவிடப்பட்ட மணிகளுடன் தன் பெரிய கால்களை எடுத்துவைத்தவாறு வந்துகொண்டிருக்கிறது **(பின்னர் மணிப் புறத்து இட்ட மாத் தாள் பிடி**). அந்த யானையுடன் மன்னனின் குதிரையும் சேணம் களையப்படாத நிலையில் செருக்கியவண்ணம் வந்துகொண்டிருக்கிறது **(பருமம் களையாப் பாய் பரிக் கலிமா**). தன் மேனியில் விழும் குளிர்ந்த மழைத்துளிகளால் உடல்நடுக்கம் கொண்ட அந்தக் குதிரை அவ்வப்போது தன் உடலைக் குலுக்கி அந்தத் துளிகளை உதறிவிடுகின்றது **(எறி துளி விதிர்ப்ப**).

மன்னன் தன் மார்பை மறைத்துப் போட்டிருக்கும் மேல்துண்டைத் தோளின் இரு பக்கங்களிலும் தூக்கிப் போட்டிருக்கிறான். இடப்பக்கத்துண்டு சரிந்து கையில்வீழ, இடக்கையைச் சற்றுத் தூக்கி அதைத் தாங்கிய வண்ணம் வலக்கையை இடது தோளில் போட்டு மேல் பகுதியைப் பிடித்த வண்ணம் மன்னன் வந்துகொண்டிருக்கிறான் **(புடை வீழ்**

பருமம் களையாப் பாய் பரிக் கலி மா

அம் துகில் இட வயின் தழீஇ சுவல் மிசை அமைத்த கையன்). தோளிலிருந்து தொங்கும் பட்டையில் அவனது வாள் தொங்கிக்கொண்டிருக்கிறது (**வாள் தோள் கோத்த**). மிகுந்த மனவுரத்துடன் செருக்கித்திரியும் காளையைப் போல் அவன் காட்சியளிக்கின்றான் (**வன்கண் காளை**). எனினும் கனிவான முகத்துடன் தன் வீரர்களுக்கு ஆறுதல் சொல்லி வருகிறான் (**முகன் அமர்ந்து**). அந்த நள்ளிரவிலும் தூங்கப் போகாமல் (**நள்ளென் யாமத்தும் பள்ளிகொள்ளான்**), அவனுடன் மிகவும் நெருக்கமாக இருக்கும் மிகச் சிலருடன் ஒவ்வொரு பாசறையாகப் போய்வந்து கொண்டிருக்கிறான் அந்தப் பாராளும் வேந்தன் (**சிலரொடு திரிதரும் வேந்தன்**). மிகச் சிலர் கூட இருக்க மிகப் பலரை எதிர்த்து நிற்கும் இந்த மன்னனின் போர் மிக விரைவில் முடிவுக்கு வருவதாக (**சிலரொடு திரிதரும் வேந்தன் பலரொடு முரணிய பாசறைத் தொழிலே - இன்னே முடிகதில் அம்ம**).

இதுவரை நாம் கண்ட காட்சிகளும் அவற்றுக்கான காலங்களும்:

பொய்யா வானம் வலனேர்பு வளைஇ - யாமம் - நள்ளிரவு 12 மணி

புதுப்பெயல் பொழிந்தென - 12 - 2 மணி காலை - கடை யாமம்

ஏறுடை இனநிரை வேறு புலம் பரப்பி - 2 - 4 மணி காலை - முன் வைகறை

கைக்கொள் கொள்ளியர் - 4 - 6 மணி காலை - பின் வைகறை

மா மேயல் மறப்ப - கடிய வீசி - 6 - 9 மணி காலை

குன்று குளிர்ப்பன கூதிர்ப்பானாள்,

பூக்கள் மலர, பறவைகள் மீன் மேய, மழை ஓய - காலை
9 - பிற்பகல் 3 மணி

நெல்லின் வருகதிர் வணங்க, கமுகின் தெண்ணீர்ப்

பசுங்காய் சேறுகொள முற்ற, விரவுமலர் வியன்கா,

சினைய குரூஉத்துளி தூங்க - பிற்பகல் 3 - மாலை 5 மணி

முழுவலி மாக்கள் வேண்டுவயின் திரிதர- பிற்பகல் 5 மணி
- மாலை 6 மணி

மடவரல் மகளிர், மல்லல் ஆவணம் மாலை அயர -மாலை
6 மணி

மனை உறை புறவு .. மதலைப் பள்ளி மாறுவன இருப்ப -

கொள் உறழ் நறும் கல் பல கூட்டு மறுக -

வான் கேழ் வட்டம் - சாந்தொடு துறப்ப - மாலை 6 - 7

கூந்தல் மகளிர் ... வெள்ளயிர் புகைப்ப - மாலை 6 -8 மணி

செம் கேழ் வட்டம் சுருக்கிக் கொடும் தறி .. தூங்க -

மேனிலை மருங்கின்... கதவம் தாழொடு துறப்ப - மாலை
8 - 9 மணி

யாவரும் ... பகுவாய்த் தடவில் செந்நெருப்பு ஆர -

ஆடல் மகளிர் பாடல்கொள ... கருங்கோட்டுச் சீறியாழ்
பண்ணுமுறை நிறுப்ப -

காதலர்ப் பிரிந்தோர் புலம்ப -- மாலை 9 - 10 மணி

குன்று குயின்று அன்ன ஓங்கு நிலை வாயில் ------------------

தரு மணல் ஞெமிரிய திரு நகர் முற்றத்து - இரவு 10 - 11

பீடு கெழு சிறப்பின் பெருந்தகை அல்லது

ஆடவர் குறுகா அரும் கடி வரைப்பின் - இரவு 11 - 11:
30 மணி

உருவ பல் பூ ஒரு கொடி வளைஇ

கருவொடு பெயரிய காண்பு இன் நல் இல் - *இரவு 11 - 11:30 மணி.*

பேர் அளவு எய்திய பெரும் பெயர் பாண்டில்

தோடு அமை தூ மடி விரித்த சேக்கை - *இரவு 11 - 11:30*

இன்னே வருகுவர் இன் துணையோர் என

உகத்தவை மொழியவும் ஒல்லாள் - *இரவு 11:30 - 11:45*

புலம்பொடு வதியும் நலம் கிளர் அரிவைக்கு

இன்னா அரும் படர் தீர விறல் தந்து

இன்னே முடிகதில் அம்ம - *இரவு 12 மணி (அந்தப்புரத்தில்)*

நள்ளென் யாமத்தும் பள்ளிகொள்ளான்

சிலரொடு திரிதரும் வேந்தன்

பலரொடு முரணிய பாசறைத் தொழிலே - *இரவு 12 மணி (பாசறையில்)*

நக்கீரர் நடைப்பயணம் முற்றுப்பெறும்.

←▲→

முடிவுரை

கடமையுணர்ச்சி தவறாத மன்னனின் மிக உயர்ந்த மனநிலையைப் புலவர் அழகாகப் படம்பிடித்துள்ளார். மிகச் சில அடிகளால் மன்னன் மேன்மையை இவ்வளவு சிறப்பாக வெளிப்படுத்திய புலவர் இவன் பாண்டிய மன்னனே என்பதை ஐயத்திற்கிடமின்றித் தெளிவுபடக் கூறுவதற்காகவே **வேம்பு தலை யாத்த நோன்காழ் எஃகம்** என்று வேண்டுமென்றே கூறியிருப்பார் எனத் தோன்றுகிறது. எனவே இது பாண்டியனின் புகழ் பாடும் புறப்பாடலா அல்லது தலைவியின் துயர் கூறும் அகப்பாடலா என்பது விடைகாணமுடியாத வினாவாகவே தொடரும். இது யாருக்கு நல்ல வாடை என்ற கேள்விக்கும் விடை காண்பது எளிதல்ல. நிச்சயம் இது தலைவிக்கு நல்ல வாடை இல்லை. மன்னனும் இந்த வாடையை மகிழ்வுடன் வரவேற்கவில்லை. சொல்லப்போனால் மன்னனும் அரசியும் இந்த வாடையைப்

பொருட்படுத்தவே இல்லை. அப்படியென்றால் புலவரின் நோக்கம் என்ன?

ஒரு நீண்ட பகல்பொழுது முழுவதும் ஆநிரை, கோவலர், மந்திகள், பறவைகள், புறாக்கள் போன்ற பல்வேறு உயிரினங்களும் உயிரற்ற குன்று, யாழ்நரம்பு போன்றவையும் குளிரினாலும் வாடையினாலும் குன்றிப்போயிருக்க வனப்பு மிக்க விசிறிகளும் வாசமிகு சந்தனக்கட்டைகளும் மேல்நிலை மாடங்களும் குளிர்நீர்க் குடங்களும் தேடுவாரின்றிக் கிடக்க, மற்றொரு பக்கம் இந்த மழையையும் வாடையையும் வரவேற்று மகிழும் உயிரினங்களையும் காட்டுகிறார் புலவர். முசுண்டையும் பீரமும் மலர்ந்து சிரிக்க வண்தோட்டு நெல்லின் வருகதிர் வணங்க, கமுகுக்குலைகள் காய்த்து முற்ற, முடலை யாக்கை முழுவலி மாக்கள் தேறல் மாந்தி மகிழ்சிறக்க, எகினமும் அன்னமும் உகள, மயில்கள் ஆட வாடையை வரவேற்கும் சில உயிரினங்களும் உண்டு எனக் காட்டுகிறார் புலவர். வாடையோ, வாடை இல்லையோ எங்கள் வாழ்க்கை நீர்வழிப் படூஉம் புனை போல் முறைவழிச் செல்லும் என்றிருக்கும் சில உயிரினங்களையும் காட்டுகிறார் புலவர். தூறலையும் பொருட்படுத்தாது மாலை அயரும் மடவரல் மகளிர், பலகூட்டு மறுகும் சிறுகுறுந்தொழுவர், ஆடல் மகளிர், யாழிசைப்போர் போன்றோர் பாடலின் சிறப்புடை மாந்தர் அல்லர் எனினும் பாடலின் நோக்கமான வாடையின் தாக்கம் அல்லது தாக்கமின்மை என்பதை மறைமுகமாகச் சுட்டிக்காட்டப்படுகின்றனர்.

இவ்வாறு மலை முகட்டுக் கருமேகங்களிலிருந்து கூடல்நகரின் மாடமாளிகையில் ஆடல் மகளிரின் பாடல்கொளப் புணரும் யாழ் வரையில் வாடையின் பல்வேறு தாக்கங்களைக் கூறிக்கொண்டு வரும் புலவர், அரண்மனைப் பக்கம் திரும்பும் முன்னர் என்ன சொல்கிறார் பாருங்கள்.

காதலர்ப் பிரிந்தோர் புலம்பப் பெயல் கனைந்து கூதிர் நின்றற்றால் போதே -

கணவரைப் பிரிந்த மகளிர் வருத்தமுற மழை செறிந்து பெய்யக் குளிர் நிலைபெற்றதாம். இவை எல்லாம் ஒருபுறம் இருக்க - என்று புலவர் கூறாமற்கூறி அடுத்து அரண்மனையில் இருக்கும் தலைவியின் துயரைக் காட்டுகிறார். இதுவும் வாடையினால் ஏற்பட்ட புலம்பு அல்ல என்பதை மறைமுகமாகத்

தெளிவுறுத்துகிறார் புலவர். அரண்மனைக்குள் வந்த பின்னர் புலவர் வாடையைப் பற்றிப் பேசவில்லை என்பதை நினைவிற் கொள்க.

இந்த நெடிய வாடை அந்தப்புரத்து அரசியை எட்டக்கூட இல்லை. அமர்ந்த முகத்தினனாகிய அரசனைத் தீண்டியும் அவன் வாடிப்போய்விடவில்லை. அவனது குதிரைகூட ஒரு குலுக்குக் குலுக்கி மேனித்துளிகளை உதறிப்போட்டுவிட்டு நடக்கிறது. ஆனால் இப்படிப்பட்ட ஒரு வாடையே ஒரு பாட்டுக்கு நிலைக்களனாகி ஒரு மிகச் சிறந்த இலக்கியப் படைப்பு வெளிவருவதற்குக் காரணமாக அமைந்துள்ளதால் இது படிப்போர்க்கு நல்ல வாடையாக அமைந்திருக்கிறது எனலாம்.

பாடலின் தொடக்கத்தில் ஒரு மாலைக்காட்சியில் மதுவுண்டு களித்திருக்கும் மாக்களையும் மலர்கொண்டு இறைவணங்கும் மாதரையும் கொண்ட ஒரு முரண்காட்சியைப் புலவர் கூறியிருக்கும் அழகைப் பார்த்தோம். ஆனால் பாடல் முழுமையிலுமே ஒரு முரண்சுவையைப் புலவர் அமைத்திருப்பது மிகவும் நுண்ணிதாய்க் கண்டு களிக்க வேண்டிய ஒன்றாம்.

அரசி பக்கம்	அரசன் பக்கம்
பரூஉத் திரி நிமிர்எரி விளக்கு	பரூஉச்சுடர் அழலும் விளக்கு
வாடையில் மயங்கும் உயிரினம்	வாடையைப் போற்றாத் தலைவன் குழு.
(தலைவனை) எண்ணி ஏங்கும் தலைவி	(தலைவி)எண்ணம் கொள்ளாத் தலைவன்.
காதல் கிளர்ச்சியுடன் தலைவி	கடமை உணர்ச்சியுடன் தலைவன்.
காண்பு இன் நல் இல்லில் தலைவி	இருஞ்சேற்றுத் தெருவில் தலைவன்.
கடியுடை நகரில் தலைவி	களத்தினில் சுற்றும் தலைவன்.
பள்ளி கொண்ட தலைவி	பள்ளி கொள்ளாத் தலைவன்.
பொலங்கலன் பூணாத் தலைவி	போர்க்கலன் பூண்ட தலைவன்.
கண்ணீர் மழையில் தலைவி	தண்ணீர் மழையில் தலைவன்.
அம் மாசுக் கலிங்கத் தலைவி	அம் துகில் அணிந்த தலைவன்.

தோழியர் பலர் சூழ் தலைவி	சிலரொடு திரிதரும் தலைவன்.
பலரும் ஆற்றும் தலைவி	பலரை ஆற்றும் தலைவன்.
மிகக்கலுழ்ந்து நெடிதுயிர்க்கும் தலைவி	முகனமர்ந்து திரிதரும் தலைவன்.
ஒரு பகை (பிரிவு) கொண்ட தலைவி	பலரொடு முரணும் தலைவன்.

சாதாரணமாக அகத்துறைப் பாடல்களில் இடம்பெறும் கருப்பொருள்கள் பாடலின் உரிப்பொருளை உயர்த்திக் காட்டும் பின்புலமாக அமைந்திருக்கும். பிரிவுத்துயரைப் பாடும் புலவர் வறண்ட பாலை நிலத்தையும் அங்கு பரட்டைத் தலையுடன் விரிந்து நிற்கும் யா மரத்தையும் அதன்மேல் கூடுகட்டி வாழும் பருந்துகளையும் காண்பிப்பார். இது அவராக உருவாக்கிக்கொண்ட கற்பனைத் தோற்றம். இது அந்தக்காலத்துத் திரைப்படங்களில் பெரும்பாலும் காணப்படும் காட்சியமைப்பு (Settings) போன்றது. தேவைப்பட்ட காட்சிகளை தேவைப்பட்ட விதத்தில் உருவாக்கிக்கொள்ளலாம். இன்றையத் திரைப்படங்களில் நிறைய வெளிப்புறக் காட்சிகள் அமைகின்றன. ஒரு புகைவண்டி நிலையத்தில் நடக்கும் நிகழ்ச்சியைக் காட்ட உண்மையான புகைவண்டி நிலையத்துக்குச் சென்று படம்பிடிப்பார்கள். அப்போது அங்கு இருக்கும் மாந்தரும் மற்ற பொருள்களும் காட்சிக்குக் கருப்பொருள் ஆகின்றனர். ஒருசில இடங்களில் அவர்கள் நிறுத்தி வைக்கப்பட்டவர்களாகவும் இருக்கலாம். எனினும் ஓர் உண்மையான சூழலைத் தன் பின்புலமாக எடுத்துக்கொள்ளும் இயக்குநர் மிகவும் கவனத்துடன் செயல்படவேண்டும். அந்தப் பின்புலம் அவர் கூறும் செய்திக்கு முரணாக அமையக்கூடாது. நக்கீரர் இப் பாடலுக்கு எடுத்துக்கொண்ட மையக்கருத்து வாடையும் பிரிவும். அதற்குப் பின்புலமாக மதுரையைச் சுற்றியுள்ள பரந்த வெளியைத் தெரிந்தெடுக்கிறார். பின்னர் மதுரையின் சில தெருக்களையும் அவற்றில் சில வீடுகளையும் தெரிந்தெடுக்கிறார். அவற்றில் நிகழும் சில காட்சிகளையும் தெரிந்தெடுக்கிறார். இறுதியில் மன்னன் மாளிகைக்குள் நுழைகிறார். அந்தப்புர வாயில் வரையிலும் சென்று அங்கு நிற்கிறார். இதுவரை அவர் நமக்குக் காட்டும் காட்சிகள் உண்மையானவை - இயற்கையான காட்சியமைப்பு கொண்டவை (Natural settings). மாளிகையின் உள்ளே செல்ல அவருக்கு அனுமதி இல்லை. இருப்பினும்

அந்த மாளிகை உருவாகும்போதிருந்தே அவர் அறிந்திருப்பதால் மாளிகையின் உட்புறத்தைத் தன் சிறந்த சொல்லாட்சியாலும் உவமைத் திறத்தாலும் அப்படியே நம் கண் முன் கொண்டுவந்து நிறுத்துகிறார். ஆனால் அங்கே நிகழும் நிகழ்ச்சிகள் அவர் தனது பாடலுக்கென வகுத்துக்கொண்ட மையக்கருத்துக்காக அவரால் உருவாக்கப்பட்டவை. பின்புலத்தை இயற்கையாக வைத்துக்கொண்டு காட்சிகளை உருவாக்கி நிகழ்த்திக்காட்டும் ஒரு சிறந்த இயக்குநராகப் புலவரைப் பாருங்கள். இதுவரை நேரிடையாகக் காட்டிய பின்புலங்களுக்கு நடுவில் அவர் தன் கற்பனைப் பாத்திரமாகத்தான் அங்கு அரசியை நிறுத்துகிறார்.

இதைப்போலவே அவர் மன்னனையும் காட்டுகிறார். அரண்மனையில் இருந்து கொண்டு அவர் எப்படிப் போர்க் களத்துப் பாசறையை நமக்குக் காண்பிக்க முடியும்? இதுவும் புலவரின் காட்சியமைப்பு. ஒருபக்கம் கலங்கி அழும் அரசியையும் மறுபக்கம் கலங்காத் திடங்கொண்ட அரசனையும் அவர் சொற்களில் ஒருசேரக் காட்ட முடியாததால் பாடலில் அடுத்தடுத்த காட்சிகளாகக் காட்டுகிறார்.

தலைவியின் மென்மையான காதலையும் தலைவனின் மேன்மையான கடமையுணர்வையும் இங்கு பாண்டிமாதேவி - நெடுஞ்செழியன் வழியாக நமக்குக் காட்டுகிறார் புலவர் இதன் மூலம் அந்தக் கற்பனை மாந்தருக்கு மட்டும் அல்ல, காட்டப்படும் மெய்மாந்தருக்கும் புலவர் பெரும் விழுமம் சேர்த்திருக்கிறார் என்பதுவே புலவர் நடத்திக் காட்டியிருக்கும் அற்புதம். இங்கு காட்டப்படும் தலைவி பாண்டிமாதேவி அல்லள். ஏனெனில் அவளின் படுக்கையறைக்குச் சென்று அவளைப் பார்க்க புலவருக்கு அனுமதி இல்லை. அடுத்துக் காட்டப்படும் தலைவன் பாண்டியன் நெடுஞ்செழியன் அல்லன். ஏனெனில் அவர் நிற்கும் அரண்மனைப் பகுதியிலிருந்து பாசறைக் காட்சியைப் புலவர் பார்த்திருக்க முடியாது. எனவே அவர்கள் புலவரின் கற்பனை மாந்தரே. மெய் மாந்தரையே அவர் நிழலான கதைமாந்தராய்க் காட்டியிருக்கிறார். எனவேதான் இப் பாடல் அகமா, புறமா என்ற விவாதம் இன்னும் தொடர்கிறது. மெய்யுருவைப் பார்த்தால் இது புறம். நிழலைப் பார்த்தால் இது அகம்.

←▲→

பிற்சேர்க்கை –1
பானாள் – நண்பகல்

பத்துப்பாட்டில் நக்கீரர் எழுதிய நெடுநல்வாடை என்னும் பாடலில் வரும் பானாள் என்ற சொல்லைப் பற்றி ஆய்வு செய்வதே இக்கட்டுரையின் நோக்கம்.

கூதிர்காலத்துப் புதுப்பெயலுடன் தொடங்கும் அப்பாடலில்

குன்று குளிர்ப்பன்ன கூதிர்ப் பானாள் - நெடு 11

என்ற அடியில் காணப்படும் பானாள் என்ற சொல்லுக்கு நள்ளிரவு என்ற பொருள் கொள்ளப்படுகிறது.

பானாள் என்பது ஒரு நாளில் பாதி என்ற பொருள் தரும். தமிழ்ப் பேரகராதி (Tamil Lexicon) இதற்கு நள்ளிரவு என்று பொருள் கூறுகிறது. பானாள் என்ற சொல் பத்துப்பாட்டில் மொத்தம் 3 முறையே (மதுரைக். -2, நெடு-1) வருகிறது. எட்டுத்தொகை நூல்களில் நான்கு நூல்களில் மட்டும் இது 38 முறை வருகிறது (நற்-6, குறு-8, கலி-2, அகம்-22). எனவே இச்சொல் பெரும்பாலான நூல்களில் காணப்படவில்லை என்று தெரிகிறது. மேலும் அகநானூற்றில் மட்டும் இச்சொல் பெரும்பான்மையாகக் காணப்படுகிறது.

பானாள் வருமிடங்கள்
பானாள் (41)
1. உரு கெழு பானாள் வருவன பெயர்தலின் - மதுரைக். 542
2. பானாள் கொண்ட கங்குல் இடையது – (மதுரைக். 631)
3. குன்று குளிர்ப்பு அன்ன கூதிர் பானாள் - (நெடுநல். 12)
4. யானே அன்றியும் உளர்-கொல் பானாள்
   பாம்பு உடை விடர ஓங்கு மலை மிளிர - (நற் 104. 8-9)
5. கழுது கால்கொள்ளும் பொழுது கொள் பானாள் - நற் 171/9
   ஆர்வ நெஞ்சமொடு அளைஇ   - (நற். 171. 9-10)
6. தான் அறிந்தன்றோ இலளே பானாள்
   சேரி அம் பெண்டிர் சிறு சொல் நம்பி - (நற். 175. 6-7)
7. பெயல் கால்மயங்கிய பொழுது கழி பானாள்
   திரு மணி அரவு தேர்ந்து உழல   - (நற். 255. 9-10)
8. மா அரை மறைகம் வம்-மதி பானாள்

பூ விரி கானல் புணர் குறி வந்து நம் - (நற். 307. 7-8)
9. கானலொடு அழியுநர் போலாம் பானாள்
முனி படர் களையினும் களைப - (நற். 392. 9-10)
10. யானே மருள்வென் தோழி பானாள்
இன்னும் தமியர் கேட்பின் பெயர்த்தும் - (குறு. 94. 3-4)
11. தான் அறிந்தன்றோ இலளே பானாள்
பள்ளி யானையின் உயிர்த்து என் - (குறு. 142. 3-4)
12. ஆனா துயரமொடு வருந்தி பானாள்
துஞ்சாது உறைநரொடு உசாவா - (குறு. 145. 3-4)
13. பனி கழி துழவும் பானாள் தனித்து ஓர் - (குறு. 246/3)
14. வயவு பெடை அகவும் பானாள் கங்குல் - (குறு. 301/4)
15. யான் கண்டன்றோ இலனே பானாள்
ஓங்கல் வெண் மணல் தாழ்ந்த புன்னை - (குறு. 311. 4-5)
16. பல்லோர் துஞ்சும் பானாள் கங்குல் - (குறு. 355/4)
17. பானாள் யாமத்தும் கறங்கும் - (குறு. 375/5)
18. பானாள் யாம் படர் கூர பணை எழில் அணை மென் தோள்
- (கலித். 30/9)
19. பாடு பெயல் நின்ற பானாள் இரவில் - (கலித். 90/6)
20. பாம்பு மதன் அழியும் பானாள் கங்குலும் - (அகம். 8/4)
21. பானாள் கங்குலும் பகலும் - (அகம். 57/18)
22. மன் உயிர் மடிந்த பானாள் கங்குல் - (அகம். 58/2)
23. படு மழை பொழிந்த பானாள் கங்குல் - (அகம். 92/2)
24. வான் என பூத்த பானாள் கங்குல் - (அகம். 94/3)
25. படு மழை பொழிந்த பானாள் கங்குல் - (அகம். 108/8)
26. பனி அடூஉ நின்ற பானாள் கங்குல் - (அகம். 125/11)
27. முளரி கரியும் முன்பனி பானாள்
குன்று நெகிழ்ப்பு அன்ன குளிர்கொள் வாடை -(அகம். 163. 8-9)
28. உரவு மழை பொழிந்த பானாள் கங்குல் - (அகம். 182/10)
29. ஏனலும் இறங்கு பொறை உயிர்த்தன பானாள்
நீ வந்து அளிக்குவை எனினே மால் வரை
- (அகம். 192. 8-9)
30. யாமே அன்றியும் உளர்-கொல் பானாள்
உத்தி அரவின் பை தலை துமிய - (அகம். 202. 9-10)
31. பானாள் இரவில் நம் பணைதோள் உள்ளி - (அகம். 210/7)
32. காண் இனி வாழி தோழி பானாள்
மழை முழங்கு அரவம் கேட்ட கழை தின் - (அகம். 232. 1-2)
33. தொழில் மழை பொழிந்த பானாள் கங்குல் - (அகம்.

252/11)

34. பருவம் செய்த பானாள் கங்குல் - (அகம். 274/3)

35. உரும் உரறு அதிர் குரல் தலைஇ பானாள்
பெரு மலை மீமிசை முற்றின ஆயின் - (அகம். 278. 5-6)

36. பனி பொரு மழை கண் சிவப்ப பானாள்
முனி படர் அகல மூழ்குவம்-கொல்லோ - (அகம். 278. 11-12)

37. பானாள் கங்குலும் பெரும் புன் மாலையும் - (அகம். 297/1)

38. யாய் அறிவுறுதல் அஞ்சி பானாள்
காவல் நெஞ்சமொடு காமம் செப்பேன் - (அகம். 298. 17-18)

39. பனி மீக்கூரும் பைதல் பானாள்
பல் படை நிவந்த வறுமை இல் சேக்கை - (அகம். 305. 4-5)

40. மயங்கு துளி பொழிந்த பானாள் கங்குல் - (அகம். 322/2)

41. அரவின் பைம் தலை இடறி பானாள்
இரவின் வந்து எம் இடை முலை முயங்கி - (அகம். 328. 4-5)

இங்கு பானாள் என்பது வெளிப்படையாகவே பானாள் கங்குல், பானாள் இரவு என இரவுநேரத்துடன் இணைத்துப் பேசப்படுவதைக் காணலாம். எனவேதான் நெடுநல்வாடையில் வரும் பானாளும் நள்ளிரவைக் குறிக்கும் என உரையாசிரியர்கள் கொள்கின்றனர்.

பானாள் என்பதைப் போல அரைநாள் என்ற ஒரு சொல்லும் சங்க இலக்கியங்களில் காணப்படுகிறது. தமிழ்ப் பேரகராதி இதற்கு நடுராத்திரி என்று பொருள் கூறுகிறது. இந்த அரைநாள் என்ற சொல் பத்துப்பாட்டில் 3 முறையும் (பெரும்பாண்-1, மதுரைக்-1, நெடு-1), எட்டுத்தொகையில் இரண்டே நூல்களில் 8 முறையும் (நற்-1, அகம்-7) காணப்படுகிறது.

அரைநாள் வருமிடங்கள்

அரைநாள் (11)

1. அரைநாள் வேட்டம் அழுங்கின் பகல் நாள் - (பெரும். 111)
2. மழை அமைந்து_உற்ற அரைநாள் அமயமும் -(மதுரைக். 649)
3. ஒரு திறம் சாரா அரைநாள் அமயத்து - (நெடுநல். 75)
4. நீர் இரங்கு அரைநாள் மயங்கி கூதிரொடு - (நற். 341/8)
5. இரை நசைஇ பரிக்கும் அரைநாள் கங்குல் - (அகம். 112/4)
6. குறி வரல் அரைநாள் குன்றத்து உச்சி - (அகம். 138/15)
7. அரைநாள் யாமத்து விழு மழை கரந்து - (அகம். 198/4)
8. கதுமென குழறும் கழுது வழங்கு அரைநாள்

நெஞ்சு நெகிழ் பருவரல் செய்த - (அகம். 260. 13-14)

9. சிதர் சினை தூங்கும் அற்சிர அரைநாள்
காய் சின வேந்தன் பாசறை நீடி - (அகம். 294. 11-12)

10. மென் பிணி அவிழ்ந்த அரைநாள் இரவு இவண்
- (அகம். 298/13)

11. கழுது வழங்கு அரைநாள் காவலர் மடிந்து என
- (அகம். 311/4)

இவற்றில் நெடுநல்வாடையில் வரும் அரைநாள் என்ற ஒரேயொரு இடத்தைத் தவிர ஏனைய இடங்களில் எல்லாம் இச்சொல்லுக்கு நள்ளிரவு என்றே பொருள் கொள்ளப்படுகிறது.

---------- ---------- -----------, மாதிரம்
விரிகதிர் பரப்பிய வியல்வாய் மண்டிலம்
இருகோல் குறிநிலை வழுக்காது, குடக்கேர்பு
ஒருதிறம் சாரா அரைநாள் அமையத்து - (நெடு. 72-75)

என்ற அடிகளில் காணப்படும் அரைநாள் என்பது உச்சிப்பொழுதான நண்பகலைக் குறிக்கும் என்று எல்லா உரைகாரரர்களும் ஒத்துக்கொள்கிறார்கள், காரணம் சிறிதும் ஐயத்திற்கு இடமின்றி அந்த அடிகளில் ஞாயிற்றால் இரு குச்சிகளின் நிழல்கள் ஒன்றுசேரும் நேரமே அரைநாள் என்று கூறப்பட்டுள்ளது.

நெடுநல்வாடையில் வரும் அரைநாள் என்ற சொல்லுக்கு மட்டும் நண்பகல் என்ற பொருள் கொள்ளப்படும்போது இங்கு குறிப்பிடப்படும் பானாள் என்ற சொல்லுக்கும் நண்பகல் என்று பொருள் கொள்ளலாமே?

இதனை ஆயும் முன்னர் முதலில் நாள் என்பது என்ன என்று பார்ப்போம். இச்சொல் பத்துப்பாட்டில் 51 முறையும் எட்டுத்தொகையில் 449 முறையும் தனிச்சொல்லாகவோ, ஒரு சொல்லின் பகுதியாகவோ வருகிறது. பெரும்பாலான இடங்களில் இது காலை, மாலை சேர்ந்த ஒரு முழு நாளாகவே ஆளப்பட்டிருக்கிறது.

அரைநாள் வேட்டம் அழுங்கின் பகல் நாள்
பகுவாய் ஞமலியொடு பைம்புதல் எருக்கி - (பெரும். 111,112)

என்ற அடிகளில் பகல் நாள் என்ற தொடரில் நாள் என்பது பொழுது என்ற பொருளில் ஆளப்பட்டுள்ளது. எனவே இடத்திற்கேற்றவாறு நாள் என்பதற்குப் பொருள்கொள்ளும்போது

பானாள் என்பதற்கும் இடத்திற்கேற்றவாறு பொருள்கொள்ளலாம் அன்றோ? பானாள் என்பதில் வரும் நாள் என்பதையும் பொழுது எனக்கொண்டு அதைப் பாதிப்பொழுது என்று கொள்ளலாம். அந்தப்பொழுது பகற்பொழுதாகவோ இராப்பொழுதாகவோ இருக்கலாம் அல்லவா?

பானாள், அரைநாள் என்பதை நள்ளிரவு என்றே பொருள்கொள்வதால் ஒரு முரண்பாடான கருத்தும் உருவாகிறது. ஒரு நாளின் பாதி நள்ளிரவு என்று கொண்டால் அந்த நாளின் தொடக்கம் எது? ஒரு நாளின் தொடக்கத்தை நண்பகல் என்று கொண்டால் மட்டுமே பாதிநாள் என்பது நள்ளிரவு ஆகும். ஆக இதன் அடிப்படையில் தமிழர்களுக்கு ஒரு நாளின் தொடக்கம் நண்பகலாக இருந்திருக்கலாம் என்ற ஒரு கருத்தை நாவலர். சோமசுந்தர பாரதியார் தெரிவித்துள்ளார்.

நாள் மலர் புரையும் மேனி பெரும் சுனை - (நற். 301/2)
கரும் கால் வேங்கை நாள் உறு புது பூ - (நற். 313/1)
நாள் மோர் மாறும் நன் மா மேனி - (பெரும். 160)

போன்ற அடிகளில் வரும் நாள் என்பது காலைப்பொழுதையே சுட்டிக்காட்டுகிறது. மேலும் நாளின் தொடக்கம் நண்பகல் எனக் கொண்டால் முன்நாள், வழிநாள் என்பன குழப்பத்திற்குரியதாகிவிடும். மதியம் 12 மணிக்கு நாள் தொடங்கினால், காலை 11 மணி என்பது முன்நாள் ஆகிவிடும்! அந்தக் காலை 11 மணிக்கு, மதியம் 1 மணி என்பது வழிநாள் ஆகிவிடும்! எனவே தமிழர்களுக்கு ஒரு நாளின் தொடக்கம் காலைப்பொழுதே என்பது உறுதி.

பானாள், அரைநாள் என்பதைப் போலவே நடுநாள் என்ற ஒரு சொல்லும் இலக்கியங்களில் காணப்படுகிறது. இந்த நடுநாள் என்ற சொல் பத்துப்பாட்டில் 1 முறையும் (முல்-1), எட்டுத்தொகையில் 36 முறையும் (நற்-14,குறு-7,ஐங்-1,கலி-1,அகம்-12,புறம்-1) வருகிறது. தமிழ்ப் பேரகராதி (Tamil Lexicon) இதற்கு நண்பகல், நள்ளிரவு என்று இரு பொருள்களுமே உள்ளதாகக் கூறுகிறது. ஒரு நாளின் அளவை ஒரு நேர்கோடாக வரைந்து அதில் பாதியிலோ, அரைப்பகுதியிலோ ஒரு புள்ளி வைத்தால், அது நடுப்புள்ளிதானே! எனவே பானாள், அரைநாள், நடுநாள் என்ற மூன்றுமே நண்பகல், நள்ளிரவு என்ற இரண்டையுமே குறிக்கலாம். நடுநாள் என்பதற்குப் பகலின் நடுப்பகுதி அல்லது இரவின் நடுப்பகுதி என்று கூறலாம் என்பதற்கு இலக்கியச்

சான்றுகள் உள்ளன. அகலிருள் நடுநாள், மாலிருள் நடுநாள், அரையிருள் நடுநாள் என்று வரும் தொடர்களைக் கொண்டு இருளின் நடுநாள் போன்று பகலின் நடுநாள் என்றும் கூறலாம் என்ற எண்ணத்தில்தான் நடுநாள் என்ற சொல்லுக்கு நண்பகல், நள்ளிரவு என்ற இரு பொருள்களும் உண்டு என்று கூறியிருப்பர் எனத் தோன்றுகிறது. அதேபோல் குறைந்தது ஓர் இடத்தில் அரைநாள் என்பதற்கு நண்பகல் என்ற பொருள் உள்ளது என்பதால் அரைநாள் என்பதற்கும் இரண்டு பொருள்கள் உண்டு என்று கூறலாம். இதன் தருக்கமுறை நீட்டிப்பாக (*logical extension*) பானாள் என்பதற்கும் நண்பகல், நள்ளிரவு என்ற இரு பொருள்களையும் கூறலாம்.

ஆனால் பானாள் என்பதற்கு நள்ளிரவு என்ற பொருள்படும்படியாகவே சங்க இலக்கிய வழக்காறுகள் அனைத்தும் அமைந்துள்ளன. மேலே முதலில் கொடுக்கப்பட்ட குன்று குளிர்ப்பன்ன கூதிர்ப் பானாள் என்ற அடிக்கு வருவோம். பாடலில் இதற்கு முன்னர் வரும் காட்சிகளில் மா மேயல் மறப்ப, கறவை கன்றுகோள் ஒழிய என்பவை பகலில் நடக்கும் காட்சிகள். இவற்றைக் கூறிவிட்டு இப்படிப்பட்ட கூதிர்காலத்து நள்ளிரவு என்பது முரண்பாடாகத் தோன்றவில்லையா? நள்ளிரவில் மாடுகள் மேயுமா? கன்றுகள் பால்குடிக்குமா? மேலும் இந்த அடியினை அடுத்து வரும் காட்சிகளில் முசுண்டையும் பீரமும் பூக்கின்றன - கொக்கும் நாரையும் பறந்துபறந்து மீன்களைக் கவர்கின்றன. நள்ளிரவில் இவை நடக்குமா? காட்சிகளில் ஒரு தொடர்ச்சி இல்லையே! இந்தக் கேள்வியைத் தவிர்ப்பதற்காகக் கோவலர் நடுங்க, மாடுகள் மேய்ச்சலை மறப்ப, கறவைகள் கன்றுகளை உதைக்க - இந்த அளவுக்குக் குளிர் மிகுந்த கூதிர்காலத்தின் (ஏதோ) ஒரு நாள் நள்ளிரவில் என்ற பொருள் கொண்டு, முந்தைய காட்சிகளுக்கும் இந்த நள்ளிரவுக்கும் தொடர்பு இல்லை என்பது போல் கூறிவிடுகின்றனர். மேலும் கூதிர்ப் பானாள் என்ற தொடரைப் புலம்பொடு வதியும் அரிவைக்கு (166) என்ற அடியுடன் இணைத்து இதற்கும் அதனை அடுத்து வரும் அடிகளுக்கும் தொடர்பில்லை என்பதுபோல் கூறுகிறார்கள். எனவே இங்கு ஒரு ஒடிவுப்புள்ளியைத் (*point of discontinuity*) தோற்றுவிக்கிறார்கள். இந்த கூதிர்ப்பானாள் என்ற தொடருக்கும் அதற்கு முந்தைய, பிந்தைய காட்சிகளுக்கும் தொடர்பில்லை என்பதுபோல் காட்டுவது புலவரின் ஆற்றொழுக்கான நடைக்கு

இழுக்குச் சேர்ப்பதுபோல் தோன்றுகிறது. இதற்குக் காரணம் பானாள் என்பதற்கு நள்ளிரவு என்ற பொருள் கொள்ளுவதே. பொருந்தாத பொருளை எடுத்துக்கொண்டு அதைச் சமாளிப்பதற்காகப் பாடலை முன்னும் பின்னும் முறுக்கி வளைக்கும் நச்சினார்க்கினியரின் உரை எழுதும் முறையை ஏற்றுக்கொள்ளாதவர்களும் இந்த இடத்தில் சறுக்கி அவர் வழிக்கே போவதுபோல் தோன்றுகிறது. எனவே இங்கு வரும் பானாள் என்பதற்கு நண்பகல் என்று கொண்டால் இவ்வாறு தடுமாற வேண்டியதில்லை. மேலும் அரைநாள் என்பதற்கு நண்பகல் என்ற பொருள்தரும் ஒரே ஒரு நெடுநல்வாடை அடியைப் போலவே பானாள் என்பதற்கும் நண்பகல் என்ற பொருள் தரும் ஒரே ஒரு அடியும் நெடுநல்வாடையில்தான் உள்ளது என்ற சிறப்பையும் பெறலாம்.

இப்போது பானாள் என்பதற்கு நண்பகல் என்ற பொருள் எவ்வாறு இவ்விடத்தில் பொருந்தி வருகிறது என்று காண்போம்.

குன்று குளிர்ப்பன்ன கூதிர்ப் பானாள் என்ற தொடருக்கு மலைகளைக் குளிர்ப்பிப்பது போன்ற குளிர் மிக்க கூதிர்காலத்து நள்ளிரவின்கண் என்ற பொருளில்தான் எல்லா உரைகளும் அமைந்திருக்கின்றன. உணர்ச்சியற்ற குன்றும் குளிருமாறு எனக் குளிர்ச்சியின் மிகுதியை விதந்தோதியவாறு என்று விளக்கங்களும் கூறப்படுகின்றன. குளிர்ச்சியின் மிகுதியைக் கூற இல்லாத ஒன்றை-நடக்காத ஒன்றை-இயற்கைக்கு மாறான ஒன்றை-புலவர் உவமித்துக் கூறியிருப்பாரா? அதுவே மிகைப்படுத்தல் ஆகாதா? இங்கு குன்று என்பதைச் சோலைகள் நிறைந்த மலை என்பதைவிடப் பாறைகள் நிறைந்த மலை எனலாம். பாறைகள் வெயில் காலத்தில் வெம்மையை உள்வாங்கிக் கொண்டு சுட்டுப்பொசுக்கும். தொட்டால் நமக்குச் சுரீர் என வலிக்கும். குளிர்காலத்தில் பாறைகள் குளிரை உள்வாங்கிக் கொண்டு பனிக்கட்டி போல் இருக்கும். தொட்டால் நம்மைச் சுரீர் எனச் சுண்டிவிடும். அப்படியிருக்கும்போது அவையும் குளிரும் குளிர் என்பது எப்படி ஒரு நல்ல உவமம் ஆகும்?

இப்பொழுது பானாள் என்பதற்கு நண்பகல் எனப் பொருள்கொண்டால் நண்பகலில்தான் ஞாயிற்றின் கதிர்கள் கடுமையாக இருக்கும். குளிர்காலமாயினும் நண்பகலில் ஓரளவு வெப்பம் மிகுந்திருக்கும். அந்த வெப்பத்தால் பாறைகள்

வெம்மை அடைந்திருக்கும். அந்தநேரத்தில்கூட பாறைகள் குளிர்ந்துகிடந்தன என்னும்போது குளிரின் கடுமை மிகுந்து தோன்றவில்லையா?

அடுத்து பானாள் என்பதை இங்கு நண்பகல் என்று கொள்வது பாடலின் தொடர்ச்சியைக் குலைக்கவில்லை. மாறாக உறுதிப்படுத்துகிறது.

வலப்புறமாக வளைத்து எழும் பருவகால மேகங்களின் காட்சியோடு பாடல் தொடங்குகிறது. வடகிழக்குப் பருவக்காற்று தமிழ்நாட்டில் அக்டோபர் 20வாக்கில் தொடங்கும் என வானியலார் கூறுவர். சில நாட்கள் முன்னே பின்னே இது நிகழலாம். அக்டோபர் நடுப்பகுதியில் ஐப்பசி பிறக்கிறது. எனவே ஐப்பசி ஆரம்பத்தில் பருவமழை தொடங்கும். அதுதான் கூதிர்காலத் தொடக்கம். அப்படி ஒருநாள் பருவமழை பெய்யத் தொடங்கிய நள்ளிரவுக் காட்சியுடன் பாடல் தொடங்குகிறது. பின்னர் புலவரின் காமிரா அங்குள்ள அதிகாலைக் கோவலரைக் காட்டி விலங்குகள், பறவைகள், கறவைகள் ஆகியன படும் துயரை விடியற்காலைக் காட்சிகளாகக் காட்டுகின்றது. பின்னர் உச்சிவெயிலிலும் பாறைகள் சில்லிட்டுக்கிடக்கும் நண்பகலைக் காட்டுகின்றது. பின்னர் பூத்துக்கிடக்கும் முசுண்டை, பீர்க்கம் பூக்களுடன் இரை மேயும் கொக்கு, நாரைகளைக் காட்டுகின்றது. [இங்கு ஒன்றைக் குறிப்பிடவேண்டும். இந்தக் கொக்குகளும் நாரைகளும் வடக்கு ஆசிய, ஐரோப்பிய நாடுகளிலிருந்து - அங்கிருக்கும் குளிருக்குப் பயந்து - இங்குவந்து பலுகிப் பெருகுவது வடகிழக்குப் பருவகாலத்தில்தான். இன்றைக்கும் இந்நிகழ்வு நடைபெற்றுக் கொண்டிருக்கிறது.] பின்னர் சிறிது ஊரருகே வந்து மருத நிலங்களின் வயல்களைக் காட்டுகின்றது. ஆனால் கரும்புகளைப் பற்றிக் கூறவில்லை. மாறாகக் கமுகு மரங்களைப் பற்றியே கூறுகிறது. மதுரையைச் சுற்றியுள்ள மருதநிலப் பகுதிகளிலோ வைகை ஆறு தொடங்கும் வருசநாட்டுப் பகுதிகளிலோ கமுகுகள் இப்போது கிடையா. ஆனால் சிலப்பதிகாரம் மதுரைக்கு வெளியே கமுக மரங்கள் இருந்ததாகக் கூறுகிறது. இவ்வாறாக அலைந்துவரும் புலவரின் காமிரா , மாடம் ஓங்கிய மல்லல் மூதூரான மதுரைக்கு வருகிறது. அங்குள்ள அகல் நெடும் தெருக்களையும் அங்கு முழுவலி மாக்கள் வேண்டுவயின் திரிதருதலையும் காட்டிப் பூவேந்திய பெண்டிர் மல்லல் ஆவணம் மாலை அயர்வதைக்

காட்டி அதைத் தொடர்ந்து பகுவாய்த் தடவில் செந்நெருப்பு ஆரும் முன்னிரவுக் காட்சியுடன் ஆடல் மகளிர் பாடல்கொளக் காதலர்ப் பிரிந்தோர் புலம்ப, கூதிர் நின்றன்றால் போதே (72) என்ற அடியுடன் முடிகிறது. இந்தத் தொடர்ச்சியான காட்சி அமைப்பு 12ஆம் அடியில் பானாள் என்பதற்கு நண்பகல் எனப் பொருள் கொண்டாலே அமையும்.

பார்வை:

பத்துப்பாட்டு மூலமும் நச்சினார்க்கினியருரையும் - டாக்டர் வே.சாமிநாதையரவர்கள், தமிழ்ப் பல்கலைக் கழகம், தஞ்சாவூர், *1986*

பத்துப்பாட்டு - மூலமும் உரையும், பொ.வே.சோமசுந்தரனார், திருநெல்வேலி சைவ நூல் கழகம், First edition, Oct, *1956*.

The Papers of Dr.Navalar Somasundara Bharathiyar, ed. Sambasivan S, Navalar Puthaka Nilayam, Pasumalai, Madurai-4, First Ed. Dec *1967*.

பிற்சேர்க்கை – 2

இரு கோல் குறிநிலை

பத்துப்பாட்டு நூல்களுள் நக்கீரர் எழுதிய நெடுநல்வாடை என்னும் பாடலில் வரும் இருகோல் குறிநிலை என்ற சொற்றொடரைப் பற்றி ஆய்வதே இக்கட்டுரையின் நோக்கம்.

பாண்டிய மன்னனுக்கு அரண்மனை உருவாக்குவதற்காக, முதலில் நூல் கயிறிட்டு இடம் குறிக்க ஒருநாள் நண்பகலில் உச்சிப்பொழுதில் வேலையைத் தொடங்குகிறார்கள்.

---------- ---------- ------------, மாதிரம்
விரிகதிர் பரப்பிய வியல்வாய் மண்டிலம்
இருகோல் குறிநிலை வழுக்காது, குடக்கேர்பு
ஒருதிறம் சாரா அரைநாள் அமையத்து - (நெடு. 72-75)

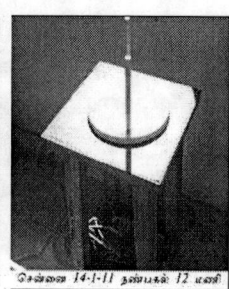

சென்னை 14-1-11 காலை 11.30 மணி

சென்னை 14-1-11 நண்பகல் 12 மணி

சென்னை 14-1-11 பிற்பகல் 12.30மணி

என்ற இந்த அடிகள் அதனைக் கூறுகின்றன. இதன் பொருள்,

---, திசைகள் (எல்லாவற்றிலும்)

விரிந்த கிரணங்களைப் பரப்பின அகன்ற இடத்தையுடைய ஞாயிறு,

இரண்டு கோல்களின் நிழல்கள் ஒன்றும்வகையில்,

(கிழக்கிலிருந்து) மேற்கே செல்வதற்காக,

ஒரு பக்கத்தைச் சாராத (உச்சியில் இருக்கும்) நண்பகல் நேரத்தில்,

என்பதே.

நீங்கள் ஒரு திறந்தவெளியில் நிமிர்ந்து நிற்கும்போது உங்கள் தலைக்கு நேர் மேலே இருக்கும் வானத்தின் உச்சிக்கு zenith என்று பெயர். நீங்கள் வடக்கு நோக்கி நின்றால் வடக்கையும் தெற்கையும் இந்த உச்சிப்புள்ளியின் வழியாக இணைக்கும் ஒரு பெருவட்டத்திற்கு meridian great circle என்று பெயர். இந்த நடுப்பெருவட்டம் வானத்தைக் கிழக்கு, மேற்கு என இரு சமபாகங்களாகப் பிரிக்கிறது. கிழக்கில் எழும் எந்த ஒரு வான்பொருளும் (celestial object) இந்த நடுவட்டத்தைக் கடந்துதான் மேற்கே செல்லவேண்டும். இவ்வாறு கடந்து செல்வதைக் கடப்பு (transit) என்பர். ஞாயிறு இவ்வாறு கடந்துசெல்லும் நேரம்தான் அந்த இடத்தின் உச்சிப்பொழுது (நண்பகல்) ஆகும்.

இந்த உச்சிப்பொழுதை மிகச் சரியாகக் கணிப்பதற்கு அன்றைய தமிழகத்தில் ஒரு சிறிய கருவியைப் பயன்படுத்தியிருக்கிறார்கள். ஒரு வட்டமான கல் அல்லது மரப்பலகையில் அதன் விட்டத்தின் இரு முனைகள் அருகிலும் இரண்டு கோல்களைச் செங்குத்தாக நட்டிருக்கவேண்டும். இந்தக் கோல்கள் சரியாக வடக்கு-தெற்கு திசையில் இருக்கும் வண்ணம் வட்டத்தை ஒரு திறந்த வெளியின் சமதரையில் வைத்திருக்கவேண்டும். காலையில் இந்தக் கோல்களின் நிழல்கள் மேற்குப்புறமாகச் சாய்ந்த இணைகோடுகளாகத் தெரியும். நேரம் ஆக-ஆக இந்த இணைகோடுகள் கிழக்கு நோக்கி நகரும். சரியாக 12 மணிக்கு இந்த இணைகோடுகள் ஒன்றுடன் ஒன்று இணைந்து ஒரே நேர்கோடு ஆகும். (பின்னர், மாலையில் அவை மீண்டும் பிரிந்து கிழக்குப்புறமாகச் சாய்ந்த இணைகோடுகள் ஆகும்.)

மன்னனின் அரண்மனையைக் கட்டும் வேளையில் முதலில் மனைவகுக்க, சரியான நண்பகல் நேரத்தில், தெய்வத்தைத் தொழுது, நூலடித்துக் கட்டி வேலையை ஆரம்பிக்கிறார்கள். இதைத்தான் புலவர் இவ்வாறு குறிப்பிடுகிறார்.

இது ஒவ்வொரு நாளும் நடக்கக்கூடியது. ஆனால் இதற்கு

நச்சினார்க்கினியர் என்ன உரை எழுதியிருக்கிறார் என்று பார்ப்போம். ஆனால் அதற்கு முன்னர் உங்களுக்கு ஓர் ஐயம் தோன்றியிருக்கவேண்டும். நண்பகலில் ஞாயிறு தலைக்கு நேர் மேலே இருக்கும்போது செங்குத்தாக நடப்பட்ட ஒரு கோலுக்கு நிழல் விழுமா? விழும். காரணம் உங்கள் கேள்வியில் நீங்களாக ஒன்றைத் தவறாக அனுமானித்துக்கொள்கிறீர்கள்! அதாவது நண்பகலில் ஞாயிறு தலைக்கு நேர் மேலே இருக்கும் என்பது! நண்பகலில் ஞாயிறு நம் தலைக்கு நேர் மேலே உச்சிப்புள்ளியில் ஆண்டிற்கு இரு முறைதான் வரும். சித்திரை மாதத்தில் ஒரு நாளும் ஆடி-ஆவணி மாதத்தில் ஒருநாளுமே. அதுவும் இடத்திற்கேற்றபடி மாறும்.

இப்பாடலில் குறிப்பிடப்படுவது மதுரை என்பதால் மதுரைக்கு *(10 degree North Latitude)* உரிய நாள்கள் சித்திரை *1 (April 15)*, ஆவணி *11 (August 27)*. மற்ற நாட்களில் ஞாயிறு நண்பகலில் தலைக்கு நேர் மேலே உள்ள நடுப்பெருவட்டத்தில் சற்று வடக்குப் பக்கமாகவோ, தெற்குப் பக்கமாகவோ சாய்ந்து இருக்கும். இதில் ஓரொரு நாட்கள் முன்னே-பின்னே இருந்தால் பெரிய மாறுபாடு தெரியாது. எனவே சித்திரை 1-யை ஒட்டி மதுரையில் நண்பகலில் தலைக்கு நேர் மேலே ஞாயிறு இருக்கும். அப்போது செங்குத்தாக நடப்பட்ட கோலில் நிழல் விழாது. இதனை ஒட்டியே நச்சினார்க்கினியரும் இதற்கு உரை எழுதுகையில் இரண்டிடத்து நாட்டின இரண்டு கோலிடத்துஞ் சாயா நிழலால் தாரைபோக ஒடுகின்ற நிலையைக் குறித்துக்கொள்ளும் தன்மை தப்பாதபடி தான் ஒரு பக்கத்தைச் சாரப்போகாத சித்திரைத் திங்களின் நடுவிற் பத்தினின்ற யாதோர் நாளிற் பதினைந்தா நாழிகையிலே அங்குரார்ப்பணம்(திருமுளைச் சார்த்து) பண்ணி என உரை எழுதுகின்றார். இதற்கு விளக்கவுரை எழுதிய பெருமழைப்புலவர் சோமசுந்தரனார் சித்திரைத் திங்கள் பத்தாநாள் தொடங்கி இருபதாநாள் முடிய நிகழும் நாட்களில் யாதாமொரு நாள் எனக் கூறுகிறார்.

இந்த நாட்களில் ஞாயிறு கிழக்கிலிருக்கும்போது மேற்குப்பக்கம் சாய்ந்திருக்கும் நிழல், நேரம் ஆக-ஆகக் குறைந்து, நண்பகலில் கோலுக்கு நேர் கீழே மறைந்து பின்னர் ஞாயிறு மேற்கில் செல்லும்போது கிழக்குப்பக்கமாக நீளும். ஆனால் இதற்கு இரண்டு கோல்கள் தேவையில்லையே? இதுவே புலவரின் எண்ணமாயும் இருந்திருந்தால் ஒரு கோல் குறிநிலை

என்றுதான் கூறியிருப்பார். புலவர் கூறியிருப்பது இத்தகைய வட்டத்தில் அமைந்த இருகோல் குறிநிலையே என்பதற்கு வலுவான மற்றொரு ஆதாரமும் உண்டு.

சிந்துசமவெளி நாகரிகத்தைப் பற்றிப் படித்திருப்பீர்கள். மொகஞ்சாதாரோ என்ற இடத்தில் கண்டுபிடிக்கப்பட்ட 5000 ஆண்டுகட்கு முன்னர் இருந்த மக்களின் உயர்ந்த நாகரிகத்தைப் பற்றியது அது. அங்கே நடந்த அகழ்வாராய்ச்சியில் பல பொருள்கள் கண்டுபிடிக்கப்பட்டன. அவற்றில் ஒன்று ஒரு வட்டமான கல். சிறுவர் உருட்டும் வண்டியின் சக்கரத்தைப் போன்று நடுவில் ஒரு பெரிய துளையுடன் உள்ளது. அதற்கு இரு பக்கங்களிலும் இரண்டு சிறு பள்ளங்கள் உண்டு.

முதலில் இதனை ஆய்ந்தோர் இதனை ஒரு சிறுவர் விளையாட்டுப் பொருள் எனக் கூறிவிட்டனர். ஆனால் இதனை மறு ஆய்வு செய்த போலந்து நாட்டைச் சேர்ந்த மவுலா என்ற அறிஞர், இது ஒரு வானியல் கருவி என்று கூறுகிறார். அந்த இரு சிறு பள்ளங்களிலும் இரண்டு குச்சிகளைச் செங்குத்தாக நட்டு வைத்துச் சூரியனின் அன்றாட ஓட்டத்தைத் துல்லியமாக அளக்க இதனைப் பயன்படுத்தினர் என்று கூறுகிறார். மேலும் அதில் காணப்பட்ட வரிசையான சிறிய பள்ளங்களிலும் குச்சிகளை நட்டு, ஆண்டின் பருவகால மாற்றங்களையும் கண்டறிந்தனர் என்று குறிப்பிட்டுள்ளார். வானியல் பேசும் வட்டக்கற்கள் என்று நாளிதழ்ச் செய்தியாக (தினமணி 27-12-1980) அது வெளிவந்திருக்கிறது.

மொகஞ்சாதாரோ வானிலை வட்டக்கல்

எனவே சிந்துசமவெளி நாகரிக மக்கள் பயன்படுத்திய அந்த வட்டக்கற்களே தமிழ்நாட்டிலும் ஞாயிற்றின் அன்றாட ஓட்டத்தை அளக்கப் பயன்பட்டது எனக் கொள்ளலாம். நெடுநல்வாடை புலவர் நக்கீரர் கூறும் இருகோல்குறிநிலை என்பதுவும் இதைப் போன்றதொரு கருவியின் மூலம் கண்டறியப்பட்டதே

என்பது தெளிவு.

எனவே **ஒருதிறம் சாரா அரைநாள் அமயம்** என்பது ஒவ்வொரு நாளும் அமையும் அமயம் என்றும் அப்படி ஏதோவொரு நாளில் பாண்டியன் அரண்மனைக்கு நூலிட்டனர் என்றும் தெளியலாம்.

ஆசிரியரைப்பற்றி

முனைவர் ப. பாண்டியராஜா

M.Sc.,M.Phil (Maths).,M.A. (Tamil)., PGDCA., Ph.D.]

மேனாள்:

தலைவர், கணிதத்துறை,
இயக்குநர், கணினித்துறை,
துணை முதல்வர்,
அமெரிக்கன் கல்லூரி, மதுரை,
தமிழ்நாடு

37 ஆண்டுகள் அமெரிக்கன் கல்லூரியில் ஆசிரியப்பணி *(1964-2001)*

Ph.D Thesis:

A Statistical Analysis of Linguistic Features in Written Tamil -A diachronic and synchronic study of linguistics features starting from tolkAppiyam and up to modern times.

Degree awarded by the Tamil University, Thanjavur, 2001

ஒய்வுக்குப்பின் தமிழ் இலக்கிய ஆய்வு - குறிப்பாகச் சங்க இலக்கியங்களில்.

தொல்காப்பியம் உள்ளிட்ட பல இலக்கண நூல்கள், சங்க இலக்கியம், பதினெண்கீழ்க்கணக்கு நூல்கள், ஐம்பெருங்காப்பியங்கள், ஐஞ்சிறு காப்பியங்கள், கம்பராமாயணம், முத்தொள்ளாயிரம், பெருங்கதை, வில்லிபாரதம், பன்னிரு திருமுறைகள் உள்ளிட்ட பல பக்தி இலக்கியங்கள், இருபது சிற்றிலக்கியங்கள், பாரதி கவிதைகள், இருபத்தி ஒன்று நீதி நூல்கள், உள்ளிட்ட நூற்றுக்கும் மேலான தமிழ் இலக்கியங்களுக்குத் தொடரடைவுகள் *(Concordance)* உருவாக்கியிருக்கிறார். இவற்றை அனைவரும் எளிதில் பயன்படுத்திக்கொள்ளும் வகையில் அனைத்துத் தொடரடைவுகளையும் *tamilconcordance.in* என்ற தன் இணையதளத்தில் வெளியிட்டிருக்கிறார்.

சங்க இலக்கியங்கள் அனைத்துக்கும் அடிநேர் உரை எழுதியிருக்கிறார். அவற்றைத் தன் SANGACHOLAI. IN என்ற இணையதளத்தில் வெளியிட்டிருக்கிறார். இதே தளத்தில் சங்கச் சொல்வளம், இன்றைக்கும் வாழும் சங்க வழக்காறுகள், குறுந்தொகை, அகநானூறு, புறநானூறு ஆகிய நூல்களினின்றும் தெரிந்தெடுக்கப்பட்ட பாடல்களுக்குக் கதை மூலம் விளக்கங்கள், சங்க இலக்கியம், தொல்காப்பியம் ஆகியவற்றில் பல ஆய்வுக்கட்டுரைகள் என்ற பகுதிகளும் உண்டு. அறுபது அகநானூற்றுப் பாடல்களுக்குப் பல படங்களுடன் விளக்க உரைகளும் இத்தளத்தில் உண்டு. என்னே தமிழின் இளமை, சங்கப்புலவர் பார்வையில் பறக்கும் பறவைகள் போன்ற கட்டுரைத் தொகுப்புகளும் இதில் உள்ளன. மொத்தத்தில் சங்க இலக்கியங்களைப் பல்வேறு கோணங்களில் பார்த்து அவற்றின் அருமையையும் அழகையும் ஆழத்தையும் உயர்வினையும் கற்றுக் களிக்க ஓர் அருமையான தளத்தை உருவாக்கியிருக்கிறார்.

இத்துடன் இதே தளத்தில் சங்க இலக்கிய அருஞ்சொற்களஞ்சியம் என்ற பகுதியும் முகப்பிலேயே கொடுக்கப்பட்டுள்ளது. இப்பகுதியில் சங்க நூல்களில் இருக்கும் 4366 அருஞ்சொற்களுக்கான பொருளும் விளக்கங்களும் சங்க இலக்கியத்தினின்றும் எடுத்துக்காட்டுகளும் தேவையான இடங்களில் விளக்கப்படங்களும் கொடுக்கப்பட்டுள்ளன.

ஓவியர் ஈஸ்வரராஜா குலராஜ் பற்றிய குறிப்பு

இந்த நூலின் அட்டைப்படத்தை அலங்கரிக்கும் ஓவியத்தை உருவாக்கியவர் இலங்கை மட்டக்களப்பு பகுதியில் வாழும் ஓவியர் ஈஸ்வரராஜா குலராஜ்.

ஓவியர் ஈஸ்வரராஜா குலராஜ் அவர்கள் ஒரு கலைக் குடும்பத்தில் பிறந்தவர். அவரது தாத்தா சிறந்த மண் சிற்பங்கள், தங்க நகைகள் போன்றவற்றை உருவாக்குவதில் வல்லவராகவும் தந்தை ஆலயங்களுக்குத் திரைச்சீலை ஓவியங்கள் வரையும் கலையிலும் சிறந்து விளங்கினர். ஈஸ்வரராஜா குலராஜ் அவர்களும் தனது பள்ளி, கல்லூரி கல்விக்குப் பிறகு அதே கலை ஈடுபாட்டுடன் சென்னை கலாஷேத்ராவில் ஓவியம் பயின்று ஓவியராகத் தனது கலை வாழ்க்கையைத் தொடங்கியவர். இந்தியாவிலிருந்த காலத்தில் கலம்கரி, மதுபனி, தஞ்சை ஓவிய முறைகளைக் கற்றுக் கொண்டார்.

ஓவியராகத் தனது பணியைத் தொடங்கி மட்டக்களப்பு நெசவுச் சங்கம், இலங்கை வீரகேசரி பத்திரிகை, தமிழகத்தில் மாலை முரசு, தேவி ஆகிய பத்திரிகைகளில் பணியாற்றியவர். ஈஸ்வரராஜா குலராஜ் 1998க்குப் பிறகு இலங்கை திரும்பிய பின்னர் போரில் பாதிக்கப்பட்ட சிறார்களுக்குக் கலைகளினூடாக ஆற்றுப்படுத்தும் நிறுவனமான மட்டக்களப்பில் வண்ணத்துப்பூச்சி சமாதானப் பூங்காவுடன் சிறப்புத் தேவையுடையவர்கள், சிறைக்கைதிகள், மனநலம் பாதிக்கப் பட்டோர் ஆகியோருக்குக் கலைகள்வழி மன ஆறுதல், ஆற்றுப்படுத்தல் போன்ற செயல்களில் ஈடுபட்டவர்.

விபுலானந்தா அழகியல் கற்கை நிறுவனம் மற்றும் கிழக்கு பல்கலைக்கழகம் ஆகிய கல்விக்கூடங்களில் பகுதிநேர வருகைதரு ஓவிய ஆசிரியராகவும் பணியாற்றிய பின்னர் தற்போது தனது 70 வயதுகளில் பத்திக் தொழிலில் ஈடுபட்டுள்ளார்.

தமிழ் மரபு அறக்கட்டளை வெளியீடுகள்

1. **Der Kural Des Thiruvalluvar**
   By Dr.Karl Graul
   (First edition 1856 reprinted - 2019) *Euro.25*
2. **Thiruvalluvar's Prose**
   By August Fridrich Cammerer
   (First edition 1803 reprinted - 2019) *Euro 25*
3. **திருவள்ளுவர் யார்? (2019)**
   கட்டுக்கதைகளைக் கட்டுடைக்கும் திருவள்ளுவர்
   கௌதம சன்னா *ரூ.200*
4. **நாகர் நிலச்சுவடுகள் (2020)**
   (இலங்கை பயண அனுபவம்)
   மலர்விழி பாஸ்கரன் *ரூ.100*
5. **அறியப்பட வேண்டிய தமிழகம் (2021)**
   தொ. பரமசிவன் நேர்காணலும் கட்டுரைகளும்
   தொகுப்பாசிரியர் - முனைவர் க. சுபாஷிணி *ரூ.80*
6. **கீழக்கரை வரலாறு (2021)**
   எஸ். மஹ்மூது நெய்னா (இப்போது.காம் இணைபதிப்பு)
   ரூ.250
7. **சிதம்பரம் - ஊர் உருவாக்கமும் புவிசார் அமைப்பும் (2021)**
   ஜெ. ஆர். சிவராமகிருஷ்ணன் *ரூ.100*
8. **கொங்குநாட்டுக் கல்வெட்டுகள் (2021)**
   துரை சுந்தரம் *ரூ.160*
9. **கொங்கு நாட்டுத் தொல்லியல் சின்னங்கள் (2021)**
   துரை சுந்தரம் *ரூ.140*
10. **தொல்லியல் நோக்கில் தமிழ்நாட்டுக் கடவுளரும் வழிபாட்டு மரபுகளும் (2021)**
    கோ. சசிகலா *ரூ.160*
11. **வரலாற்றில் பொய்கள் (2021)**
    தேமொழி *ரூ.100*
12. **விளையாடிய தமிழ்ச்சமூகம் (2022)**
    ஆ. பாப்பா *ரூ.300*
13. **கல்வெட்டில் தேவதாசி (2022)**
    எஸ். சாந்தினிபி *ரூ.150*

14. **ராஜராஜனின் கொடை (2022)**
ஆனைமங்கலம் செப்பேடுகள், சோழப்பேரரசுக்கும் ஸ்ரீவிஜயப்பேரரசுக்குமான வணிகத் தொடர்புகள் - நாகப்பட்டின சூளாமணி விகாரை மற்றும் கடாரப் படையெடுப்பு.
க. சுபாஷிணி *ரூ.180*

15. **இலக்கிய மீளாய்வு (2023)**
தேமொழி *ரூ.100*

16. **கணிதவியல் (2023)**
முனைவர் ப. பாண்டியராஜா *ரூ.180*

17. **ராஜேந்திர சோழனின் ஒட்ர நாடு வெற்றி (2023)**
ஜெ. ஆர். சிவராமகிருஷ்ணன் *ரூ.90*

18. **வரலாற்று ஆய்வில் களப்பணிகள் (2023)**
க. சுபாஷிணி *ரூ.120*

19. **தமிழகத்தில் பௌத்தம் (2023)**
முனைவர் தேமொழி *ரூ.120*

20. **நிலவியல் நோக்கில் கங்கைகொண்ட சோழபுரம் வரலாறு (2023)**
ஜெ. ஆர். சிவராமகிருஷ்ணன் *ரூ.300*

21. **நீலக்கடல் முழுதும் கப்பல் விடுவோம் (2023)**
நரசய்யா *ரூ.150*

22. **பொருள்முதல் பார்வையில் ஆதிசங்கரரின் அத்வைதம் (2023)**
அ. கா. ஈஸ்வரன் *ரூ.180*

23. **பத்துப்பாட்டில் சொல்லோவியங்கள் - தொகுதி 1 (2023)**
ப. பாண்டியராஜா *ரூ.250*

24. **பத்துப்பாட்டில் சொல்லோவியங்கள் - தொகுதி 2 (2023)**
ப. பாண்டியராஜா *ரூ.250*

25. **நக்கீரர் நடைபயணம் (னெடுநல்வாடை) (2024)**
ப. பாண்டியராஜா *ரூ.180*

25. **தமிழர் புலம்பெயர்வு (2024)**
உலகளாவிய பயணங்கள், குடியேற்றங்கள்,வரலாறு
க. சுபாஷிணி *ரூ.450*

தமிழ் மரபு அறக்கட்டளை பதிப்பகம்

தமிழ் மரபு அறக்கட்டளை பன்னாட்டு அமைப்பு 2001ஆம் ஆண்டு தொடங்கப்பட்டது. தமிழ், தமிழர் மரபு, வரலாறு, பண்பாட்டுக்கூறுகள், மரபுசார் தரவுகளைப் பாதுகாத்தல் மற்றும் ஆவணப்படுத்துதலை முக்கிய நோக்கங்களாகக் கொண்டு இவ்வமைப்பு செயல்படுகின்றது. இவை மட்டுமின்றி வரலாற்றுப் பாதுகாப்பு குறித்த சமூக விழிப்புணர்வை ஏற்படுத்தும் செயல்பாடுகளையும் தொடர்ந்து முன்னெடுத்து வருகிறது.

தமிழ் மரபு அறக்கட்டளை தமிழ் கூறும் நல்லுலகிற்கு, குறிப்பாக ஆய்வு நிறுவனங்கள், கல்லூரிகள், பல்கலைக்கழகங்கள், பள்ளிக்கூடங்களில் பயில்வோருக்குத் தரமான ஆய்வு முறைமைகளைப் பயன்படுத்த ஊக்குவிக்கும் பல்வேறு செயல்பாடுகளை, பயிற்சிப்பட்டறைகளை, களப்பணிப் பயிற்சிகளைத் தொடர்ந்து செய்து வருகின்றது.

இச்செயற்பாடுகளின் ஓர் அங்கமாகத் தமிழ் மரபு அறக்கட்டளையின் பதிப்பகப்பிரிவு 2019ஆம் ஆண்டு தொடங்கப்பட்டது. வரலாறு, தமிழியல், பண்பாட்டியல், மானிடவியல், சமூகவியல், புலம்பெயர்வு ஆகிய துறைகளில் ஆய்வுசார் நூல்கள் இப்பதிப்பகத்தின் மூலம் வெளியிடப்படுகின்றன.

தமிழர் வரலாற்றுக்கு ஓர் அரணாக விளங்கும் தமிழ் மரபு அறக்கட்டளை பன்னாட்டு அமைப்பு உலகளாவிய அளவில் கிளைகள் கொண்டு இயங்குகின்றது. ஜெர்மனியைத் தலைமையகமாகக் கொண்டு இயங்கிவரும் இந்த ஆய்வு நிறுவனம் உலகளாவிய வகையில் தமிழர் வரலாற்றுப் பாதுகாப்பு நடவடிக்கைகளைச் செயல்படுத்தி வருகிறது.

தொடர்புக்கு:

e-mail: mythforg@gmail.com

Web: http://www.tamilheritage.org